Gen Z

ஒரு தலைமுறையின் கதை

Gen Z

ஒரு தலைமுறையின் கதை

காயத்ரி ஒய்

SPECIFICS

Title: Gen Z - Oru Thalaimuraiyin kathai
Author's Name: Gayathri Y

Published by ZDP Specifics

ZDP Specifics
(An imprint of Zero Degree Publishing)
No.75 & 76, I Floor, Kuppusamy Street,
Balaji Nagar, Padi,
Chennai - 600050

Website: www.zerodegreepublishing.com
E Mail id: zerodegreepublishing@gmail.com
Phone: 89250 61999

ZDP Specifics First Edition : December 2025
ISBN : 978-93-47206-05-4
TITLE NO ZDPS :126

Rs. 200/-

Layout: G.Selvakumar
Cover Design: Vijayan, Creative Studio
Printed at Rathna Offset, Chennai, India

பொருளடக்கம்

1. இன்று மட்டும் கிங் அண்ட் குயின்

இன்ஸ்டா பதிவுகளை இலக்கில்லாமல் தள்ளிக்கொண்டிருந்தான் ரிஷி. போட்டோஹாலிக். தீப்தி படத்தைப் பார்த்ததும் கட்டைவிரல் தானாக நின்றது. அபார்ட்மென்ட் மாடியில் ஆரஞ்சு சூரியனுக்கு கொரியன் ஹார்ட் காட்டும் போட்டோக்களைப் பகிர்ந்திருந்தாள். கறுப்பு கிராப் டாப், தொடைப்பக்கம் கிழிந்த பேகி ஜீன்ஸ், நெற்றியை மறைக்கும் பேங்க்ஸ் முடி, பெரிய சைஸ் பூனைக்கண் கண்ணாடி என பிளாக்பிங்க் பாடகி லீசாவைப் போல ஸ்டைலாக இருந்தாள் தீப்தி.

‘ஃபுல் வைப் புரோ’ என்று டைப் செய்து உடனே அழித்தான் ரிஷி. ‘நோ கேப். உன்னுடன் ஒப்பிடுகையில் சூரிய அஸ்தமனம் மிட்’ என்று எழுதிப் பார்த்தான்.

‘ஏன் புரோ இப்டி சிம்ப்பா இருக்க?’ பின்னாலிருந்து வந்தான் உடன் பணிபுரியும் கார்த்திக். ரிஷி அவசரமாக இன்ஸ்ட்டாவை மூடி மொபைலைப் பூட்டினான்.

‘சிம்ப்பிங்லாம் கிடையாது. நாங்க மியூச்சுவல்ஸ்தான்.’

‘ம்க்கூம். நானும் கவனிச்சுட்டுதான் இருக்கேன். நீ அவ இன்ஸ்ட்டா பக்கத்தைப் பல காலமா ஜோம்பியிங்க் பண்ற.’

‘ம்ம்… காலேஜ்ல ஒரே கேங்லதான் இருந்தோம் புரோ. அவளுக்கு பெங்களூர்ல வேலை கிடைச்சுப் போயிட்டா. இப்ப ஒரு ஸ்டார்ட்டப் கை-யோட கொலாப் பண்ணிட்டிருக்கா.’

‘புரோ… அவ உன்னை பெஞ்ச்ல வச்சிருக்கான்னு நினைக்கறேன்.’ ரிஷியும் அப்படித்தான் நினைத்தான். ஆனால் அன்று மாலையே திடீரென தீப்தி நேரடிச் செய்தி அனுப்பினாள்.

‘ஒரு கான்ஃபரன்ஸுக்காக அடுத்த வாரம் சென்னை வருகிறேன். காஃபி?’

எப்படியும் முன்வரிசைக்கு நகர்ந்துவிடலாம் எனும் மகிழ்ச்சியில் ஐ லவ் டு ஜாயின் எனப் பதில் அனுப்பினான் ரிஷி.

★★★

இது ஒன்றும் விளக்கம் சொல்ல வேண்டிய இலக்கியப் படைப்பு இல்லைதான். ஆனால் ஆங்காங்கே சில வார்த்தைகள் மட்டும் புரியவில்லையல்லவா? ஆங்கிலம்தான் என்றாலும் அவற்றுக்கான அர்த்தங்கள் வேறு. சமீப காலங்களில் இதுபோலப் பல்வேறு வார்த்தைகளைச் சேர்த்து, பிரித்து, சுருக்கிப் புதுப்புது அர்த்தங்களை உருவாக்கிவருகின்றனர். இப்படி உருவாக்குபவர்கள் யார் தெரியுமா?

ஈராயிரக் குழவிகள், ஸூமர்ஸ், நெட்ஜெனரேஷன், சென்ட்டினியல்ஸ் எனப் பல்வேறு காரணப் பெயர்களில் செல்லமாக அழைக்கப்படும் ஜென் ஸீ தலைமுறையினர்.

நைட்ரஜன், ஆக்ஸிஜன், கார்பன்-டை-ஆக்ஸைடு. இவற்றோடு காற்றில் இணையமும் கலந்த நேரத்தில் பிறந்தவர்கள் ஜென் ஸீ பிள்ளைகள் (தோராயமாக 1997 முதல் 2012 வரை). எப்படி முடிவெட்டலாம் என்பது முதல், எந்தப் படிப்பில் சேரலாம் என முடிவெடுப்பதுவரை இணைய சக்தியை மட்டுமே நம்பியிருக்கும் டிஜிட்டல் பூர்வகுடிகள். ஆப்பிளைப் பழமாகவும், விண்டோஸை ஜன்னலாகவுமே பார்த்துப் பழகிய தலைமுறையினருக்கு இந்தப் பிள்ளைகளைப் புரிந்துகொள்வது சற்று சிரமம்தான். ஆனால் முழ நீளத்தில் புரியாமலிருக்கும் டேர்ம்ஸ் அண்டு கண்டிஷன்ஸைப் போல அத்தனை சிக்கலானவர்கள் ஒன்றும் இல்லை.

சிக்மா, ஸ்கிப்டி, டெலுலு என்பது போல இவர்கள் அகராதியில் புழங்கும் சில வார்த்தைகள், பிரபலமாகும் உலகக் கலாசாரங்களில் உடனடியாகத் தம்மை இணைத்துக்கொள்ளும் ஆர்வம், கவலைகளைத் தலை வரை ஏற்றிக்கொள்ளாமல் ‘ஸோ வாட்?’ என வாழும் இயல்பு, உணர்ச்சிகளைவிட வளர்ச்சிக்கு முக்கியத்துவம் கொடுக்கும் மனநிலை, இவற்றை எந்த முன்முடிவும் இல்லாமல் கவனித்தால் போதும். அப்படியான ஜென் ஸீ விஷயங்களைத்தான் இந்த நூலில் ஒவ்வொன்றாகக் கவனிக்கப்போகிறோம்.

பெஞ்சிங் என்பது ரயில் டிக்கெட் வெயிட்டிங்க் லிஸ்ட்டில் இருப்பதுபோல. அவ்வப்போது பேசுவது, செய்தியனுப்புவது, ஆனால் தீவிரமாக உறவைத் தொடராமல் இருப்பது எல்லாம் பெஞ்சிங். போலவே ஓர் ஓரத்தில் லேசாக ஆர்வம் காட்டுவதை பிரட் கிரம்பிங் என்கின்றனர்.

ஒருவருக்குத் தெரியாமல் பூதம்போலப் பின்தொடர்வது, கொஞ்சநாள் பழகிவிட்டு, சில காலம் தொடர்பு எல்லைக்கு வெளியில்போய், பின்னர் திரும்பவந்து காரணம் சொல்லாமல் சேர்ந்துகொள்வது போன்றவற்றை ஸோம்பியிங் என்கின்றனர். ஒத்த ஆர்வமுடையவர்கள் என்றால் மியூச்சுவல்ஸ்.

கல்லூரியில் படிக்கும்போது ஒருவரைப் பிடிக்கிறது. ஆனால் சமூக அந்தஸ்து, வசிப்பிடம் போன்ற காரணங்களால் அந்த உறவு கல்லூரியைத் தாண்டித் தொடருவதற்கான வாய்ப்பில்லை என்றும் தெரிகிறது. அருகில் இருக்கும்வரையில் பழகலாம். மேலே தொடரவேண்டுமென்கிற கட்டயமில்லை. இப்படி எந்த கமிட்மெண்ட்டும் இல்லாத உறவுக்கு சிச்சுவேஷன்ஷிப் என்று பெயர். ஃபிரண்ட்ஷிப்புக்கு கொஞ்சம் மேலே, காதலுக்குக் கொஞ்சம் கீழே. ‘ஃபிரண்ட்ஸ் வித் பெனிஃபிட்ஸ்’ என்றும் சிச்சுவேஷன்ஷிப்பை விளக்கலாம்.

ஒரு நபரின் மீது அளவுக்கதிகமாகக் கவனம் / பாசம் வைப்பவரை சிம்ப் என்கின்றனர். இது சிம்பிள்டன் (எளியவன் / விவேகமற்றவன்) எனும் வார்த்தையிலிருந்து சுருங்கி வந்திருக்கிறது.

கரிஸ்மா என்னும் வார்த்தையின் சுருக்கம் ரிஸ் (*Rizz*). பிடித்தவரை கரெக்ட் செய்வது, மடக்குவது, பிராக்கெட் போடுவது போன்ற கற்கால வார்த்தைகளுக்கான தற்காலச் சொல்லாகப் பயன்படுத்தப்படுகிறது இந்த ரிஸ்.

ரிஸ் என்று சுருக்கச் சொல்லை முதன்முதலாகப் பயன்டுத்தியவர் பிரபல யூட்யூபர் கை செனட். டிக்டாக், ட்விச் போன்ற சமூக வலைதளங்களில் தொடர்ந்து பலரும் பயன்படுத்த அந்த வார்த்தை உலகம் முழுக்க வைரலானது. இதனால் ஆக்ஸ்ஃபோர்டு பல்கலைக்கழகம், 2023-ஆம் ஆண்டுக்கான சொல்லாக ரிஸ்ஸைத் தேர்ந்தெடுத்தது.

போலவே கேம்ப்ரிஜ் டிக்ஷனரி டிக்டொக்கில் உருவான ஸ்கிப்டி, டெலுலு போன்ற வார்த்தைகளைத் தனது அகராதியில் சேர்த்துக் கொண்டிருக்கிறது. ஸ்கிப்டி கூல் என்றும் கெட்டது என்றும் இடத்துக்குத் தக்கவாறு பயன்படுத்தப்படுகிறது. உண்மை போன்று தோற்றமளிக்கும் விஷயங்களை நம்புவதை டெலுலு என்கின்றனர் (டெலூஷனின் சுருக்கம்).

2025ஆம் ஆண்டு, மார்ச் மாதம் நடைபெற்ற நாடாளுமன்றக் கூட்டத்தில் ஆஸ்திரேலியப் பிரதம மந்திரி அந்தோனி அல்பனீஸ், நாடாளுமன்றத்தில் 'டெலுலு வித் நோ சொலுலு' என்று ஜென் ஸீ மொழியில் பேசியிருக்கிறார்.

இவை தவிர இவர்கள் போகிற போக்கில் உருவாக்கிய சில பதங்கள்: நோ கேப் (No Cap) என்றால் பொய்யில்லை, மிட் (Mid) என்றால் சுமார்/சராசரி, சஸ்பீஷியஸின் சுருக்கம் சஸ். சால்ட்டி- பொறாமை. டிரிப் (Drip) - ஃபேஷன்/ ஸ்டைல், ஸ்லே-அற்புதம், பஸ்ஸிங்-சுவையான/ஈர்க்கத்தக்க.

இப்படி ஏகப்பட்ட புது வார்த்தைகளை சிருஷ்டித்துக்கொண்டு, நேற்றைப் பற்றியோ நாளையைப் பற்றியோ அக்கறைப்படாமல் இன்று, இந்தக் கணத்தில் மட்டும் கிங் அண்ட் குயினாய் வாழ்பவர்கள்தான் இந்த ஈராயிரக் குழவிகள்.

கிங் குயின் சரி... இவர்களுடைய ரோல் மாடல்கள் யார்? யாரைப்போல் தான் ஆக வேண்டுமென ஆசைப்படுகின்றனர்? நிச்சயமாகப் பெற்றோர்கள் கிடையாது. சென்ற தலைமுறையைப் போல சினிமா நடிகர்களையோ, அரசியல் தலைவர்களையோ முன்மாதிரியாக வைத்துக்கொள்பவர்களும் வெகு குறைவு. பிறகு?

பப்ஜி விளையாட்டில் கையில் துப்பாக்கியைப் பிடித்துக்கொண்டே சுற்றியலையும் மனிதர்களைப் போல, இவர்கள் தங்களுடைய ஆதர்சங்களைக் கட்டைவிரலிலேயே வைத்திருக்கின்றனர். நொடிக்கொருதரம் அவர்களைக் கவனிக்கின்றனர். இந்தக் கவனிப்பிற்காக அந்த ஆதர்சங்களும் மூளையின் கார்ட்டெக்ஸைக் கசக்கிச் சிந்திக்கின்றனர்.

அந்த நவீனச் செல்வாக்காளர்கள் யார் தெரியுமா?

2. இன்ஃப்ளுயன்ஸா

'நான் பிரபலமானவன்

ஆனால் அது இன்னும் யாருக்கும் தெரியவில்லை'

என்று எழுதப்பட்ட பேஸ்டல் பச்சை டிஷர்ட், ஆங்காங்கே கிழித்துவிடப்பட்ட ஜீன்ஸ், ஆலோவேரா ஜெல் போட்டு முடிந்த பளபளப்புக் குடுமி சகிதம் வந்தான் அர்ஜுன். பைக் சாவியை எடுத்து இடது கை ஆட்காட்டி விரலால் சுற்றிக்கொண்டே, தான் இன்ஃப்ளுயன்ஸர்ஸ் மீட்டுக்குப் போவதாக அறிவித்தான்.

"இன்ஃப்ளுயன்ஸாவா? சளி, ஜலதோஷம் புடிச்சாத்தானே அப்படிச் சொல்லுவாங்க?" சீரியல் பார்த்துக்கொண்டிருந்த பாட்டி கழுத்தை மட்டும் திருப்பி கியூரியஸாகக் கேட்டார்.

"அய்யோ பாட்டி... சோஷியல் மீடியால பாப்புலரா இருக்கறவங்களுக்குப் பேரு இன்ஃப்ளுயன்ஸர்ஸ். அவங்க பேசறது, டிரஸ் பண்ணிக்கறது, சாப்பிடறது எல்லாமே டிரண்ட் ஆகும்."

"ஏற்கனவே அதைப் பார்த்துப் பார்த்துத்தான் சன்ஸ்கிரீன், சீரம்னு கண்டதை வாங்கி காசைக் கரியாக்கிட்டிருக்க... இப்ப நேர்ல வேறப் போறேங்கறியே?" கவலையாகக் கேட்டார் அம்மா.

“இது வேற லெவல்மா... அங்க போனா நிறையா போட்டோ எடுக்கலாம், ரீல்ஸ் போடலாம். மத்த இன்ஃப்புளூயன்ஸர்ஸோட கொலாப் பண்ணலாம். ஃபாலோவர்ஸ் கவுண்ட் கன்னாபின்னான்னு ஏறும். அப்டி ஏறினா கம்பெனீஸெல்லாம் அவங்க பொருளை ஃப்ரீயா கொடுப்பாங்க. அதை எப்படி யூஸ் பண்ணறதுன்னு வீடியோ போட்டுப் பணமும் சம்பாதிக்கலாம்.”

“முதல்ல படிச்சு முடிக்கற வழியைப் பாருடா... அப்றம் சம்பாதிக்கறதைப் பத்திப் பேசுவ...”

“ஸ்டாப்... ஸ்டாப்... இப்படி க்ரிஞ்சா பேசறதை முதல்ல நிப்பாட்டுங்க. இப்பல்லாம் ஸ்கூல் படிக்கும்போதே ரீல்ஸ் போட்டு சம்பாதிக்கறாங்க தெரியுமா? பெரிய கார், ஃபிளாட் எல்லாம் காலேஜ் முடிக்கறதுக்குள்ளயே வாங்கிடறாங்க. ஜாலியா ஃபாரின் டிரிப் போறாங்க. உம் மகனும் அப்படி ஆகறதுக்குத்தான் போறேன். புரியுதா? நோ மோர் கொஸின்ஸ்... ஐ ஆம் கோயிங் ஆஃப்லைன்... பபை.” வேகமாகக் கையசைத்து விட்டு, உச்சிக் குடுமி குதிக்க ஓடினான் அர்ஜுன்.

“கன்னி ராசிக்கு இப்ப கண்டகச் சனி, அதான் தண்டமா செலவு செய்யறான். சனிப்பெயர்ச்சி வந்தா எல்லாம் தானா சரியாப் போயிடும்” அம்மாவிடம் சமாதானமாகச் சொன்னார் பாட்டி.

★★★

இன்ஃப்ளூயன்ஸ் என்ற சொல் பதினாறாம் நூற்றாண்டிலிருந்து புழக்கத்தில் இருக்கிறது. ‘வலுக்கட்டாயமாக இல்லாமல் தனது பேச்சு, செய்கைகளின் மூலம் பிறர் மீது ஆதிக்கம் செலுத்தி அவர்களுடைய நம்பிக்கைகளில் மாற்றத்தை ஏற்படுத்துவது’ எனும் பொருளில். முன்பு, பெரிய தலைவர்களும், மதபோதகர்களுமே ஆதிக்கம் செலுத்துபவராக, இன்ஃப்ளூயன்ஸராக அறியப்பட்டனர்.

ஆனால் 2019-ஆம் ஆண்டு, இன்ஃப்ளூயன்ஸர் என்கிற சொல்லுக்கு ‘சமூக வலைதளங்களின் மூலம் ஒரு பொருள் அல்லது சேவையின் மீதான ஆர்வத்தைத் தூண்டுபவர்’ எனும் புது விளக்கம் மரியம் வெப்ஸ்டர் அகராதியில் சேர்க்கப்பட்டது.

இந்த மாற்றத்துக்கு முக்கியக் காரணம் ஃபேஸ்புக், யூட்யூப், இன்ஸ்டாகிராம் போன்ற சமூக வலைதளங்களின் வருகை.

இவை முதலாளித்துவமாக இருந்த இன்ஃப்ளூயன்ஸர் உலகில் மக்களாட்சியைக் கொண்டுவந்தன.

அரசியல், ஆன்மிகம், சினிமா போன்ற பகட்டான துறைகளில் ஈடுபட்டிருக்க வேண்டும் என்கிற கட்டாயமில்லை. ஆள்பலம், செல்வம், செல்வாக்கு எதுவும் அத்தியாவசியம் கிடையாது. கொஞ்சம் திறமை, கொஞ்சம் புதுமை, தொடர்ச்சியாக முயற்சி செய்யும் வல்லமை இருந்தால் போதும். யார்வேண்டுமானாலும் இன்ஃப்ளூயன்ஸர் ஆகலாம். இந்த நல்வாய்ப்பை சரியாகப் பயன்படுத்திக் கொண்டவர்கள், கொண்டிருப்பவர்கள் ஜென் ஸீ இளைஞர்கள்தான்.

ஃபேஸ்புக் தொடங்கப்பட்ட ஆண்டு 2004. அன்றிலிருந்து உலகமெங்கும் சமூக வலைதளங்களின் பயன்பாடு ஏறுமுகமாகவே இருந்தபோதும் இந்தியாவில் அதன் பாய்ச்சல் நிகழ்ந்தது ஜியோ வருகைக்குப் பிறகுதான். அதுவரை மிடில் கிளாஸ் வரை மட்டுமே எட்டியிருந்த இணைய சாற்றை, எல்லா வகையான கிளாஸ்களுக்கும் இலவசமாக ஊற்றிக்கொடுத்தார் அம்பானி. பூமர்கள் தொடங்கி ஜென் ஸீ தலைமுறைவரை அதை எடுத்துப் பருகுவது சமூகக் கடமைகளில் ஒன்றாகிப்போனது.

ஆரம்ப நாள்களில் ஏற்கனவே பிரபலமாக இருந்தவர்கள்தான் சமூக வலைதளங்களில் ஆதிக்கம் செலுத்தினர். வெள்ளித்திரை, சின்னத்திரை நடிகர்கள், பாடகர்கள் விளையாட்டு வீரர்கள் கணக்குத் தொடங்கியபோது ஆயிரக்கணக்கான மக்கள் உடனடியாக அவர்களைப் பின்தொடர்ந்தனர்.

அந்த டிரெண்ட்டை உடைத்து சாதாரண மனிதர்களையும் பிரபலமாக்கிய பெருமை, பெரும்பான்மையாக ஸூமர் தலைமுறையையே சேரும். இவர்கள் அனிமேஷன், நடனம், ஃபேஷன், ஃபிட்னஸ் குறிப்புகள், போட்டோகிராபி, மேக்கப் எனத் தனக்குத் தெரிந்த வித்தைகளை சமூக வலைதளங்களில் வெளிப்படுத்தத் தொடங்கினர். துண்டு துண்டு வீடியோவாகத் தொடர்ந்து பதிவிட்டனர். மற்றவர்களுடைய பதிவுகளையும் தாராளமாகப் பகிர்ந்தனர். அந்தப் பதிவுகள் குறித்து உரையாடினர். அனுதினமும் அங்கேயே நின்று களமாடினர்.

விளைவு, இவர்களுக்கென்று தனி ரசிகர் பட்டாளம் உருவானது. சமூகத்தில் பத்தோடு பதினொன்றாக இருந்தவர்கள், சமூக

வலைதளங்களில் கன்டென்ட் கிரியேட்டர் / இன்ஃப்ளூயன்ஸர் எனத் தனி அடையாளம் கிடைக்கப் பெற்றனர்.

அமெரிக்கா, லண்டன் போன்ற நாடுகளில், இளம் இன்ஃப்ளூயன்ஸர்கள் தங்குவதற்கென்றே தனி வீடுகள் உருவாக்கப்பட்டன. ஹைப் ஹவுஸ், வேவ் ஹவுஸ், டிக்டாக் ஹவுஸ் என ஒவ்வொரு வீட்டுக்கும் விதவிதமான பெயர்கள் வைக்கப்பட்டிருந்தாலும் பொதுவாக இவற்றின் நோக்கம் ஒன்றுதான், கன்டென்ட் உருவாக்கம்.

நீச்சல் குளம், உடற்பயிற்சிக் கூடம், ஸ்பா என வீடியோ எடுப்பதற்குத் தோதான இடங்கள் வீட்டினுள்ளேயே இருக்கும். தனியாகவோ, குழுவாக இணைந்து புதுப்புது குறும்படங்களைப் படைப்பதற்கும், படைப்பாற்றலை மேம்படுத்திக்கொள்ளுவதற்கும், பின்தொடர்பவர்களின் எண்ணிக்கையை அதிகப்படுத்துவதற்கும் களம் அமைத்துக் கொடுத்தன இந்தக் கன்டென்ட் வீடுகள். இங்கிருந்து வெளியாகும் வீடியோக்களுக்கும், ஹவுஸ்மேட்டுகளுக்கும் உலகம் முழுக்க ரசிகர் படை உருவானது.

பின்னர், வீட்டுக்குள்ளே இருந்து வீடியோ போடும் கலாசாரம் பெருகிவிட்டதாலும் (முக்கியக் காரணி: கொரோனா ஊரடங்கு), ஹவுஸ்மேட்ஸுக்குள் ஏற்பட்ட கருத்து வேறுபாடுகளினாலும் இந்த கன்டென்ட் வீடுகள் ஒவ்வொன்றாக மூடப்பட்டு 2024ஆம் ஆண்டு இறுதியில் மொத்தமாகக் கலைக்கப்பட்டுவிட்டன.

வீடுகள் இப்போது இல்லையென்றாலும், இன்ஃப்ளூயன்ஸர்களின் எண்ணிக்கை, தொடர்ந்து பெருகிக்கொண்டுதான் இருக்கிறது.

இன்று இன்ஃப்ளூயன்ஸர் மார்க்கெட்டிங், மில்லியன் கணக்கில் பணம் புழங்கும் ஒரு பிரம்மாண்டத் துறை. அந்தப் பிரம்மாண்டத்தைப் பற்றி அறிந்துகொள்வதற்கு முன் ஒரு டீசர் கேள்வி:

ஒரே பாடலில் பணக்காரனாகும் கதையை சினிமாவில்தான் பார்த்திருப்போம். கொரோனா ஊரடங்கின்போது வேலை இழந்த ஒரு ஜென் ஸீ மிஷின் ஆபரேட்டர், பத்து செகண்ட் வீடியோக்கள் மூலம் மில்லியனரான நிஜக்கதையைக் கேள்விப்பட்டிருக்கிறீர்களா?

3. டிஜிட்டல் சார்லி சாப்ளின்

கொரோனா முதல் அலை. உலகம் முழுக்க ஊரடங்கு போடப்பட்ட நேரம். இத்தாலியில் இருபது வயது கபானா லாமே வேலைபார்த்துக்கொண்டிருந்த தொழிற்சாலையும் மூடப்பட்டது. சீக்கிரம் வேறு வேலை தேடிக்கொள்ள வேண்டிய கட்டாயம். ஆனால் வீட்டை விட்டு எங்கே போவது?

வீட்டுக்குள்ளிருந்தே, *Khaby Lame* என்கிற பெயரில் டிக்டொக்கில் கணக்குத் தொடங்கினான். நடனமாடுவது வீடியோ கேம் விளையாடுவது, இத்தாலிய மொழியில் பேசுவது போன்ற வீடியோக்களைப் பதிவிட்டான்.

இரண்டு மாதங்களில் அவை மொத்தமாக ஒன்பது பார்வைகளைப் பெற்றன. ஆம் வெறும் ஒன்பது. இரண்டு ஃபாலோயர்ஸ் கிடைத்தனர். அதில் ஒருவர் பக்கத்து வீட்டுக்காரர், மற்றொருவர் லாமேயின் அப்பா.

அப்போது டிக்டொக்கில் புதிதாகச் சில வசதிகள் கொண்டுவரப்பட்டன. ஏற்கனவே இருக்கும் ஒரு வீடியோவை எடுத்து அதனுடன் நமது வீடியோவையும் இணைத்துக் கொள்ளலாம், அருகருகில் ஓடவிடலாம். ஸ்டிச், டூயட் என்று அழைக்கப்படும் அந்த வசதிகளைப் பயன்படுத்தி வீடியோ போடத் தொடங்கினான் காபி.

செஃப் பயன்படுத்தும் செவ்வகக் கத்தியை வைத்து வாழைப்பழத்தை நறுக்கும் வீடியோ ஒன்றுடன் கைகளால் தோலை உரித்துக் காட்டும் வீடியோவை இணைத்துப் பதிவிட்டான். அது உடனடியாகப் பல்லாயிரம் பார்வைகளைப் பெற்றது.

வித்தியாசமான உபகரணங்களை வைத்து காலில் சாக்ஸ் மாட்டும் வீடியோவுடன், கைகளால் சாக்ஸ் போடும் வீடியோ, முள்கரண்டியில் செல்லோடேப் ஒட்டி ஸ்பூனாக மாற்றி சூப்பைக் குடிப்பதற்குப் பதிலாக, ஸ்பூனை வைத்தே சூப்பைக் குடிப்பது, காரில் மாட்டிக்கொண்ட உடையைக் கத்தரிப்பதற்குப் பதிலாக கதவைத் திறந்து எடுப்பது என, லாமே பகடி செய்து போட்ட வீடியோக்கள் எல்லாமே வைரலாகின.

இத்தாலியைத் தாண்டி உலகம் முழுவதும் லாமேயின் பகடி ரசிக்கப்பட்டது. முக்கியக் காரணம், 'லைக் பண்ணுங்க, ஷேர் பண்ணுங்க, மறக்காம சப்ஸ்க்ரைப் பண்ணுங்க' என லாமே கத்தவில்லை. உண்மையில் அவர் வீடியோக்களில் பேசுவதே கிடையாது. 'பாடாப் படுத்துறாங்கைய்யா...' என்று கண்களை உருட்டித் தலையை ஆட்டும் உடல்மொழி மட்டும்தான்.

இதுபோல அன்றாடப் பிரச்சனைகளை உடல்மொழியால் மட்டும் சொல்லி அனைவரையும் சிரிக்க வைத்த சார்லி சாப்ளின், மிஸ்டர் பீன் வரிசையில் வைத்துக் கொண்டாடப்படுகிறான் லாமே. டிஜிட்டல் சார்லி சாப்ளின் என்னும் செல்லப்பெயரும் இந்த ஜென் ஸீ இளைஞனுக்கு உண்டு.

ஹாலிவுட் நடிகர்கள், விளையாட்டு வீரர்கள், பாப் பாடகர்கள் எல்லோரையும் விட அதிகப் பின்தொடர்பவர்களைக் கொண்டிருக்கும் லாமே தற்போது ஹியூகோ பாஸ், பினான்ஸ் போன்ற சர்வதேச பிராண்ட்டுகளின் முகமாக இருக்கிறார். தற்சமயம், அவரது சொத்து மதிப்பு சுமார் இருபது மில்லியன் டாலர்.

★★★

கோஃப்ளூயன்ஸ் எனும் தனியார் அமைப்பு வெளியிட்ட ஓர் அறிக்கையின்படி இந்தியாவில் இருக்கும் இன்ஸ்ட்டா இன்ஃப்ளூயன்ஸர்களில் 48% பேர் ஜென் ஸீ தலைமுறைதான் (யூட்யூபில் 44%).

ஜென் ஸீ இளைஞர்களின் வாங்கும் சக்தி சுமார் 860 பில்லியன் டாலர், அடுத்த பத்தாண்டுகளில் இது இரண்டு டிரில்லியனாக வளரும் என்று கணிக்கப்படிருக்கின்றது. மேலும் இவர்களில் 73% பேர் இன்ஃப்ளூயன்ஸர்களின் வழியாகவே பிராண்டுகளை அறிமுகம் செய்துகொள்கின்றனர்.

இதனால் நிறுவனங்கள் தங்கள் தயாரிப்புகளை, சேவைகளை, இன்ஃப்ளூயன்ஸர்களின் மூலம் விளம்பரம் செய்யும் கலாசாரம் பெருகிவருகிறது. நாம் தினமும் பார்க்கும் ஒருவர், ஒரு பொருளை உபயோகித்து, அந்த அனுபவங்களைப் பகிரும் வீடியோக்கள், ஸ்கிரிப்ட் செய்யப்பட்ட செலிபிரெட்டி விளம்பரங்களைக் காட்டிலும் ஸூமர் இளைஞர்களை அதிகம் கவர்கின்றன. அவர்களில் ஐம்பத்து நான்கு சதவீதம் பேர் இன்ஃப்ளூயன்ஸர்கள் பரிந்துரைக்கும் பிராண்டுகள் அதிக நம்பகத் தன்மை கொண்டிருப்பதாகத் தெரிவித்திருக்கின்றனர்.

இன்ஃப்ளூயன்ஸர்களில் பல வகைப் பிரிவுகள் உண்டு. பத்தாயிரம் ஃபாலோயர்ஸ் இருந்தால் நானோ, ஐம்பதாயிரம் வரை மைக்ரோ, ஐந்து லட்சம் வரை மிட்-டயர், பத்துலட்சம் என்றால் மேக்ரோ, பத்துலட்சத்துக்கு மேல் போனால் மெகா இன்ஃப்ளூயன்ஸர்கள் எனப் பின்தொடர்பவர்களின் எண்ணிக்கையைக்கொண்டு வகைபிரிக்கப்பட்டிருக்கின்றனர்.

இந்த வகைகளைக் கொண்டே நிறுவனங்கள் இவர்களுக்கான விளம்பர ஊதியத்தை நிர்ணயம் செய்கின்றன. அதிகமான பார்வைகள், ரியாக்ஷன்களைப் பெறும் பதிவுக்கு சமூக வலைதளங்களும் ஊக்கத் தொகை தருகின்றன. இதனால் தொடர்ந்து பதிவு போடும் இன்ஃப்ளூயன்ஸர்கள் மாதமொன்றுக்குப் பதினைந்தாயிரம் முதல் பதினைந்து லட்சம்வரை வருமானமாகப் பெறுகின்றனர்.

நிறுவனங்கள் தரும் இலவசப் பொருள்கள், சேவைகளெல்லாம் போனஸ். இதுபோன்ற சிக்மா அம்சங்களால் ஜென் ஸீ பிள்ளைகளைக் கவர்ந்திழுக்கும் களமாக இது இருக்கிறது. 2024ஆம் ஆண்டு அமெரிக்காவில் நடந்த ஒரு கணக்கெடுப்பின்படி ஜென் ஸீ தலைமுறையில் ஐம்பத்து நான்கு சதவீதம் பேர் 'இன்ஃப்ளூயன்ஸராவதுதான்' தங்களுடைய குறிக்கோள் என்று கூறியிருக்கின்றனர்.

மேலே பார்ப்பதற்குக் கவர்ச்சியாகத் தெரிந்தாலும், ஏராளமான போட்டிகளும், சவால்களும் நிறைந்த துறை இது. தினமும் 'ஆக்டிவ்'வாக இருக்க வேண்டும், பின்தொடர்பவர்களுக்குப் பிடித்தாற்போல கன்டென்ட் உருவாக்க வேண்டும், அவ்வப்போது அவை வைரலாகவும் வேண்டும் என மனஅழுத்தத்தை உருவாக்கும் நெருக்கடிகள் இதில் நிறைய உண்டு.

சரி, ஏஐ வரவுக்குப் பிறகு இப்போது எந்தத் துறையில்தான் நெருக்கடிகள் இல்லை?

நீ எதைத் தொடர்ந்து பார்க்கிறாயோ அதுவாகவே ஆகிறாய் என்று ஒரு தத்துவம் உண்டு.

இன்ஃப்ளூயன்ஸர்களாகவும், சமூக வலைதளங்களங்களில் நாளொன்றுக்கு நாலரை மணி நேரம் களமாடுபவர்களாகவும் இருக்கும் ஜென் ஸீ மக்கள் எதைக் கற்றுக்கொள்கின்றனர்? அவர்கள் சிந்தனையில் என்ன விதமான மாற்றங்கள் ஏற்பட்டிருக்கின்றன? எதிர்மறை விஷயங்களும் இருக்கின்றனதான். ஆனால் அத்தியாவசியமான ஒரு சமூக மாற்றமும் பெரும் சலசலப்பு இல்லாமல் நிதானமாக நிகழ்ந்துகொண்டிருக்கிறது.

அதைப் பற்றிப் பார்க்கும் முன் ஒரு கேள்வி, கடைசியாக நீங்கள் ஆறே வாரங்களில் சிகப்பழகு தரும் விளம்பரத்தை எப்போது பார்த்தீர்கள்?

4. தோல் நிறமும் தன்னம்பிக்கையும்

ஒவ்வொரு முறை பெண் பார்க்க வரும்போதும் லதாவுக்குச் செத்துப் பிழைத்த மாதிரிதான். வந்தவர்கள், பிற தகவல்களிலெல்லாம் திருப்தி அடைந்தவர்களாகக் காணப்படுபவர்கள், அவளைப் பார்த்தவுடன் திடீரென்று மாற்றம் அடைவார்கள். அவளும் புடைவையை எப்படியெல்லாமோ தந்திரமாகக் கட்டிப் பார்த்துவிட்டாள். மெல்லிய கோடுகள், நீளக்கோடுகள், அகலவாட்டில் கோடுகள், பெரிய கரை, சின்னக்கரை, லேசான கலர், கருத்த வண்ணம்.

இப்போது இதெல்லாம் ஒரு பொருட்டாகத் தோன்றவில்லை-பெண் கொஞ்சம் இரட்டை நாடி என்கிற பெயர் நிலைத்துப்போய் விட்டது. அவளுக்கு மிக நெருங்கினவர்களே அவளைப் பற்றி அடையாளம் கூற வேண்டியிருக்கும்போது வெகு இயல்பாகக் கொஞ்சம் குண்டாக இருப்பாங்களே, அந்த அம்மாதான் என்று சொல்கிறார்கள் என்பதை அவளால் ஊகித்துக்கொள்ள முடிந்தது.

எது எப்படியோ குண்டுப் பெண்ணாக இருந்தாலும் இன்னும் பெண் பார்க்க வருகிறார்கள். அவர்கள் என்னைப் பிடிக்கவில்லை என்று சொல்வதற்குப் பதிலாக நான் அந்த ஆண்களைப் பிடிக்கவில்லை என்று சொன்னால் என்ன? வருபவன் எவ்வளவு கறுப்பாகவும் குட்டையாகவும் வழுக்கைத் தலையாகவும்

ஒண்ணரைக் கண்ணனாகவும் இருந்தால்கூட நான் ஏன் அவனைப் பிடிக்கவில்லை, வேண்டாம் என்று சொன்னது கிடையாது?

★★★.

அசோகமித்திரன், 1982-ஆம் ஆண்டில் எழுதிய சிறுகதையின் ஒரு பகுதி இது. பருமனைப் போலவே அழகை எடைபோடப் பயன்படும் இன்னொரு விஷயம் தோல் நிறம். கறுப்பாகப் பிறந்ததால், கேலிக்கு ஆளாகி, வரன் அமையாமல், நிறத்துக்கு ஈடாக வரதட்சிணை தர முடியாமல் துன்பப்படும் பெண்களைப் பற்றி ஓராயிரம் கதைகள் இங்கே எழுதப்பட்டிருக்கின்றன. நெஞ்சை உருக்கும் திரைப்படங்களும், நெடுந்தொடர்களும் வெளிவந்திருக்கின்றன.

கடலைமாவும் பாலேடும் கலந்து முகத்துக்குப் போடு, மஞ்சளைத் தேனில் குழைத்து ஊறவிடு, வெயிலில் விளையாடப் போகாதே, பாலில் குங்குமப் பூப் போட்டுக் குடித்தால் குழந்தை செக்கச் செவேலெனப் பிறக்கும்... என்பது போன்ற 'அழகுக்' குறிப்புகளைக் கேள்விப்பட்டிருப்போம். நாமே அக்கறையோடு பிறருக்குச் சொல்லியிருப்போம். இதில் ஒன்றும் தவறு இருப்பதாகத் தெரியவில்லை இல்லையா?

இந்தியர்களில் சுமார் நூறு கோடிப் பேருக்கும் மேல் பழுப்பு அல்லது கறுப்பு நிறம்தான். பதின்ம வயதைக் கடந்துவிட்டாலே வயிற்றிலோ தொடைகளிலோ வளையம் விழுவது இயல்புதான். இருப்பினும் சிகப்பாகவும், ஒல்லியான உடல்வாகுடனும் இருப்பதுதான் 'அழகு' (குறிப்பாகப் பெண்களுக்கு) எனும் நம்பிக்கை, நம் சமூகத்தில் ஆழமாகப் பதியப்பட்டிருக்கிறது. இதற்கு, பிரிட்டிஷாரின் ஆட்சி, பாலிவுட் சினிமாக்கள், கறுப்பாக குண்டாக இருப்பவர் வில்லன், சிவப்பாக இருந்தால் ஹீரோ எனும் உருவகம் போன்றவற்றை முக்கியக் காரணங்களாகச் சொல்லலாம்.

நம்மைச் சுற்றியிருக்கும் சிறு சமூக வட்டத்தைத் தாண்டி, இளம்வயதிலேயே உலகக் கலாசாரங்களை அறிமுகம் செய்து கொண்டவர்கள் ஜென் ஸீ தலைமுறையினர். அதனால் முந்தைய தலைமுறைகளைப் போல சமூகம் சொல்லும் அழகு மதிப்பீடுகளை (beauty standard) அவர்கள் அப்படியே ஏற்றுக் கொள்ளவில்லை. வெளிறிய தோல் நிறம்தான் தன்னம்பிக்கையை

உருவாக்கும், பிறரிடம் மதிப்பைப் பெற்றுத்தரும் என்பது போன்ற நம்பிக்கைகளை எதிர்த்துக் கேள்வி கேட்பவர்களாக இருக்கின்றனர்.

சில வருடங்களுக்கு முன்புவரை ஃபேர் அண்ட் லவ்லியும் பாண்ட்ஸ் பவுடரும் பயன்படுத்துவது, பல குடும்பங்களின் குலவழக்கமாக இருந்தது. கறுப்பாக இருக்கும் பெண் டிவியில் ஃபேர் அண்ட் லவ்லி விளம்பரத்தைப் பார்ப்பாள், அதைப் பயன்படுத்தத் தொடங்குவாள். பிங்க் வண்ண உடையில், ஒளிரும் வெள்ளை முகத்துடன் நேர்காணலுக்குப் போவாள். அவளைப் பார்த்தவுடனேயே, அமர்ந்திருக்கும் ஆண்களெல்லாம் ஆச்சரியப்பட்டு 'வேலை உனக்குத்தான்' என்று கைகுலுக்குவர்.

பிங்க் வண்ணப் புடைவையில், உறவுகள் சூழ மண்டபத்தில் அமர்ந்திருப்பார் மணப்பெண். வரதட்சணைப் பணம் குறைவாக இருப்பதாகக் கத்துவார் பையனின் தந்தை. உடனே மணப்பெண் சென்று நிச்சயதார்த்த மோதிரத்தைக் கழற்றிக்கொடுத்து 'எனக்கு இந்தக் கல்யாணம் தேவையில்லை' என்பார். அவர் பாண்ட்ஸ் பவுடரை பூசிக்கொள்ளும் காட்சி அடுத்து வரும். பிறகு அந்தப் பையனே வந்து 'என் வாழ்க்கைத் துணை ஆவாயா?' என்று கேட்பான். 'பேரழகு தந்திடும் தைரியம்' எனும் பின்னணிக் குரலோடு விளம்பரம் முடியும்.

இந்த நூற்றாண்டின் தொடக்கத்தில் வெளியான சிகப்பழகு விளம்பரங்களின் மாதிரிகள் இவை. 'முகத்துக்கு கிரீம் பூசுவதால் தன்னம்பிக்கையும் தைரியமும் வந்துவிடுமா? வேலை கிடைப்பதற்கு வெள்ளையாக இருந்தால் மட்டும் போதுமா? வரதட்சணை கேட்கும் வரனை வேண்டாமென்று சொல்ல ஒரு பெண் பேரழகியாக இருக்க வேண்டுமா?' என்பதுபோல் இயல்பாக எழும் கேள்விகளையெல்லாம் ஓதுக்கித்தள்ளி, பெரும்பாலானோரால் விரும்பப்பட்டு ஹிட்டடித்த விளம்பரங்கள் இவை. (இப்போதும் யூட்யூபில் காணக் கிடைக்கிறது)

சற்றுத் தாமதமாகத்தான் அரசாங்கம் இதில் தலையிட்டது. 'தோலின் நிறத்தை வைத்து ஒருவர் வெறுக்கப்படுவதுபோலக் காட்டக் கூடாது. தன் நிறத்தின் பொருட்டு ஒருவர் வருத்தமாகவோ, தாழ்வுணர்ச்சி அடைவது போலவோ காட்சிகளை அமைக்கக் கூடாது' என விளம்பரங்களுக்கெனத் தனிக் கட்டுப்பாடுகளைக் கொண்டு வந்தது. (2014 ஆம் ஆண்டு)

அதுபோன்ற காட்சிகளை அமைக்கவில்லையென்றாலும், சிவப்பாகவும், சீரான உடல்வாகுடன் இருப்பவர்களுமே விளம்பரங்களில் தொடர்ந்து தோன்றிக்கொண்டிருந்தனர்.

அந்தப் போக்கைக் கொஞ்சம் கொஞ்சமாக மாற்றியமைத்தில் சமூக வலைதளங்களுக்கும், அதில் களமாடிய இளைஞர்களுக்கும் முக்கியப் பங்கு உண்டு.

'நான் அழகில்லை, தோலை இப்படிச் சிவப்பாக்கு, உடம்பைக் குறை, சுருட்டை முடியை இழுத்து நேராக்கு என்றெல்லாம் சொல்ல நீங்கள் யார்? பழுப்பு நிறம், பருக்கள், தழும்புகள் எல்லாம் சேர்ந்துதான் நான். அதை மறைக்க வேண்டிய அவசியம் இருப்பதாகத் தோன்றவில்லை. செல்ஃபீப் லவ் இஸ் தி பெஸ்ட் லவ்' என்று ஜென் ஸீ இளைஞர்கள், சமூக வலைதளங்களில் தன்னம்பிக்கையுடன் சொல்லத் தொடங்கினர். சமூகத்தில் புரையோடிப்போயிருக்கும் 'அழகு மதிப்பீட்டை' வெளிப்படையாக விமர்சனம் செய்தனர்.

#பியூட்டி_இன்_டைவர்ஸிடி, #பாடி_பாஸிடிவிட்டி என ஹேஷ்டேக் போட்டு அவர்கள் முன்னெடுத்த டிஜிட்டல் போராட்டங்களையும், அதனால் விளைந்த சிந்தனை மாற்றங்களைப் பற்றியும் பார்க்கும் முன் ஒரு கேள்வி,

ஸ்கின் கலர் கிரேயான் என்றதும் உடனே உங்கள் மனக்கண்ணில் தோன்றும் நிறம் என்ன?

5. நாட் ஃபேர் பட் லவ்லி

'சில வருடங்களுக்கு முன், பெங்களூரு ஏர்போர்ட்டில் ஒரு புரமோஷன் நிகழ்ச்சி நடந்தது. தலைப்பு, இளம் வயதுக்குத் திரும்புதல். அங்கே இருந்தவர்களுக்கெல்லாம் இலவசமாக கலரிங் பேப்பரும், கிரேயானும் கொடுத்தனர். நான் கிரேயானைப் பயன்படுத்திப் பத்து வருடங்களுக்கு மேல் ஆகியிருந்தன. நிஜமாகவே சிறுவயது நினைவுகள் வந்ததால் ஆர்வமாகப் போனேன்.

மனித உடலுக்கு வண்ணம் தீட்டிக்கொண்டிருந்தபோது விநோதமாக ஒன்றைக் கவனித்தேன். அந்தக் கிரேயான் என்னுடைய தோல் நிறத்தில் இல்லை. நான் தினமும் பார்க்கும் எவர் போலவும் இல்லை. ஆனாலும் அதன் லேபிளில் ஸ்கின் என்றுதான் எழுதியிருந்தது.

அந்த கிரேயான் பாக்கெட்டிலேயே பிரவுன் கலர் இருந்தபோதும் நான் அதைப் பயன்படுத்தவில்லை. பீச் நிறத்தைக் கொண்டே முழுதாக வண்ணம் தீட்டினேன்.

எது என்னைத் தடுத்தது? பழுப்பு என்பது மனித உடலுக்கான சரியான நிறம் இல்லை. ஆரஞ்சும், பிங்க்கும் கலந்த வண்ணம்தான் தோலுக்கானது என என் மூளையில் யார் பதிய வைத்தது?'

இந்த ஒரு கேள்விதான், சமூகத்தின் பொதுப்புத்தியின் மீதான சந்தேகத்தை எழுப்பியது என்கிறார், பெங்களூருவைச் சேர்ந்த

சிராயு ஜெயின். இவர், 2013ஆம் ஆண்டில் அப்சரா, நட்ராஜ் பென்சில்களைத் தயாரிக்கும் ஹிந்துஸ்தான் பென்சில்ஸ் நிறுவனத்தின் மேல் வழக்குத் தொடுத்தார். அப்போது அவருக்குப் பத்தொன்பது வயதுதான், சட்டக்கல்லூரியில் முதலாமாண்டு படித்துக்கொண்டிருந்தார்.

'பெரும்பான்மை இந்தியர்கள் பழுப்பு நிறம்தான். ஆனால் ஒரு பீச் வண்ண கிரேயானுக்கு ஸ்கின் கலர் என்று முத்திரை குத்தப்பட்டிருக்கிறது. அதுதான் தோல் நிறம், அதுவே சமூகத்தால் அங்கீகரிக்கப்படும் என்னும் எண்ணத்தை சிறுவயதிலேயே விதைக்கிறது.' என்று தனது மனுவில் குறிப்பிட்டிருந்தார் ஜெயின்.

வழக்கு மாவட்ட நுகர்வோர் நீதிமன்றத்தில் தோற்றுப்போனது. மாநில நீதிமன்றத்தில் மேல்முறையீடு செய்தார். அங்கு ஒத்திப் போடப்பட்டே மறக்கப்பட்டது.

இருந்தபோதும், சமூக வலைதளங்களில் ஜெயின் முன்னெடுத்த 'பிரவுன்_அண்டு_ப்ரவுடு', 'காலி_டேல்ஸ்' (காலி - கறுப்பு) போன்ற ஹேஷ்டேக் பிரசாரங்கள் அதிகக் கவனம் பெற்றன.

சமூக வலைதளங்களைத் தாராளமாகப் பயன்படுத்தும் ஜென் ஸீ இளைஞர்கள், இந்தப் பிரசாரங்களைப் பொறுப்பாக முன்னெடுத்துச் சென்றனர்.

அன்ஃபேர் அண்ட் லவ்லி, பிரவுன் ஸ்கின் மேட்டர்ஸ், மெலனின் மேஜிக், எனப் புதுப்புது ஹேஷ்டேக்குகளை உருவாக்கி, தங்கள் புகைப்படங்களைப் பகிர்ந்தனர். 'கறுப்பாக இருந்ததால் ஆண்டுவிழா நடனத்தில் எப்போதும் பின்வரிசைதான், காக்கா, கறுப்பி, கருவாச்சி என எனக்குப் பட்டப்பெயர்கள் உண்டு, யாராவது என்னைக் கறுப்பு என்றால் அம்மா மாநிறம் என்று உடனே திருத்துவார்கள்' என்பதுபோன்ற சிறுவயது அனுபவங்களையும் கூடவே பகிர்ந்தனர்.

2019-ஆம் ஆண்டு வரலாற்றில் முதல்முறையாக மிஸ் வர்ல்ட், மிஸ் யூனிவர்ஸ், மிஸ் அமெரிக்கா, மிஸ் யுஎஸ்ஏ, மிஸ் டீன் யுஎஸ்ஏ என உலகின் ஐந்து பெரிய அழகிப் போட்டிகளின் பட்டங்களையும் கறுப்பினத்தைச் சேர்ந்த பெண்களே வென்றனர். 2020-ஆம் ஆண்டு யுனிலீவர் நிறுவனம் தனது தயாரிப்புகளின் பெயரிலிருந்து 'ஃபேர்' எனும் வார்த்தையை நீக்கியது. ஃபேர்

அண்ட் லவ்லி குளோ அண்ட் லவ்லியாக மாற்றப்பட்டது. அதே ஆண்டு, சமூக வலைதளங்களில் எழுந்த எதிர்ப்பு காரணமாக, நிறத்தை வைத்து வரன்களைத் தேர்ந்தெடுக்கும் ஃபில்டரைத் தங்கள் தளத்திலிருந்து முழுமையாக நீக்கியது ஷாதி.காம். இவற்றுக்குப் பல காரணங்கள் இருந்தபோதும், ஃபேராக இருந்தால்தான் லவ்லியாகத் தெரியமுடியும் என்கிற பொதுப் போக்குக் கட்டுடைக்கப்பட்டு வருவதன் முன்னோட்டமாகவும் இவற்றைப் பார்க்கலாம்.

பரம்பரை பரம்பரையாகத் தொடர்ந்துவரும் கறுப்புத் தோலை, பத்து ரூபாய்ப் பசையொன்று ஆறே வாரங்களில் எரேசர் போட்டு அழித்துவிடும் எனும் மூட நம்பிக்கை ஜென் ஸீ பிள்ளைகளிடம் இல்லை. பிளீச் போட்டுத் தோலை வெளிறச்செய்வதைக் காட்டிலும், பருக்கள், துளைகள் விழாமல் சருமத்தை ஆரோக்கியமாகப் பராமரிப்பதுதான் சிறந்தது எனும் எண்ணம் வலுப்பெற்று, சமூக வலைதளங்கள் மூலம் பரவலாகப் பகிரப்பட்டு வருகிறது.

நிறத்தை மாற்றாமல், கறுப்புத் தோலைக் கச்சிதமாக ஒளிரச் செய்யும் ஃபவுண்டேஷன்களும், லிப்ஸ்டிக்குகளும் தாராளமாகக் கிடைக்கின்றன. போலவே பருமனான உடலுக்கென, சோஃபாவுக்குப் போடும் உறைபோல உடை தைத்துப் போட வேண்டிய கட்டாயம் கிடையாது. ப்ளஸ் சைஸ் ஆடைகளுக்கென்றே பிரத்தியேகமான கடைகள் வந்துவிட்டன.

ஸ்ட்ரெயிட்டெனிங் செய்து கோரைப் புற்கள் போல நேராக இருந்தால்தான் தலைமுடிக்கு அழகு எனும் எண்ணமும் மறைந்துவிட்டது. சுருட்டை முடியை, சுருட்டையாகவே பராமரிப்பதுதான் இன்று பெரிதும் விரும்பப்படுகிறது.

எனவே இன்று ஸூமர் இளைஞர்கள், குறைந்த உயரம், பருமன், சுருட்டை முடி, பழுப்பு நிறம், பூனைக் கண், கருடன் மூக்கு எதுவாக இருந்தாலும் அதற்கேற்ற ஆடை, ஒப்பனைகள் செய்து தங்களை தன்னம்பிக்கையுடன் வெளிப்படுத்திக்கொள்கின்றர். சமூக வலைதளங்களில் தினமும் நின்று களமாடுகின்றனர்.

‘சிகப்பாக, சீரான தோற்றத்துடன் இருப்பவர்களுக்குத்தான் எல்லா உடைகளும் பொருந்தும், அவர்களைப் பார்க்கத்தான் இந்தச் சமூகம் விரும்பும் என்றில்லை. விதவிதமான தோல் நிறமும், உடல்

அமைப்பும், பாகங்களும் இருப்பது இயல்புதான். அதைவைத்து நம்மை உயர்வாகவோ தாழ்வாகவோ மதிப்பிட்டுக்கொள்ளத் தேவையில்லை' என்னும் சிந்தனையைச் சத்தமில்லாமல், ஆழமாக விதைத்து வருகின்றனர்.

இப்படிப் பல நேர்மறை விளைவுகள் இருந்தாலும், தொடர்ந்து தன்னை மட்டுமே முன்னிலைப்படுத்தும், தன்னலத்தை மட்டுமே பேணும் நார்சிஸ மனோபாவம் வளர்ந்துவருகிறது எனும் விமர்சனமும் மற்றொருபுறம் வைக்கப்படுகிறது.

ஆனால் 'மரம் ஏறும் திறமையை மட்டும் வைத்து காட்டிலிருக்கும் விலங்குகளையெல்லாம் எப்படி மதிப்பிட முடியாதோ அதுபோல ஒருசில அளவுகோல்களை மட்டும் வைத்து அழகை வரையறை செய்துவிட முடியாது' எனும் கருத்தை மனதார ஏற்றுக்கொண்டவர்கள் ஜென் ஸீ தலைமுறையினர். அதற்காகவே விமர்சனங்களைப் பின்னுக்குத் தள்ளி *OG* என்று அவர்களை மனமாரப் பாராட்டலாம். (ஓஜி - ஒரிஜினல், ஆத்தன்டிக், முன்னோடி போன்ற சொற்களுக்கான ஜென் ஸீ வார்த்தை)

சரி, மிகவும் சீரியஸாகப் போய்விட்டது. சீரியஸ் எனும் சொல்லே ஸூமர் அகராதியில் கிடையாது. அதற்கு டெட்ஆஸ் *(deadass)* என்று புதுப் பெயர் போட்டிருக்கின்றனர்.

சீரியஸோ டெட்டாஸோ எந்தப் பிரச்சனையாக இருந்தாலும் 'ஸோ வாட்?' என்று கேட்பதுதான் ஜென் ஸீ பிள்ளைகளின் பொதுப்போக்கு. ஆனால் அவர்களே டெட்ஆஸாக இறங்கி, அலசி ஆராய்ந்து புதுப்புது விஷயங்களைத் தேடிக் கண்டடையும் ஒரு துறை இருக்கிறது.

அந்தத் துறையில் லேட்டஸ்டாக வந்திறங்கி மில்லினியல்ஸ் முதல் ஜென் ஸீ வரை ஃபயர் விடும் சரக்கு எது தெரியுமா?

நத்தை போடும் எச்சில் கோடு!

6. ஆர்கானிக் அழகு

ஒரு காதில் ரப்பர் பேண்ட் மாட்டிக்கொண்டு, தாடையைக் கீழிருந்து மேலாக மஸாஜ் செய்துகொண்டிருந்தாள் சந்தியா. அருகில் எக்ஸ்ஃபோலியேட்டர், ஷீட் மாஸ்க், ரோஸ் குவார்ட்ஸ் கல் என விதவிதமான அழகு சாதனப் பொருள்கள்.

இரண்டாம் சாமம் கழிவறை செல்வதற்கு எழுந்த கல்யாணி, பேத்தியின் அறையில் விளக்கு எரிந்துகொண்டிருந்ததைப் பார்த்து உள்ளே போனார்.

“என்ன பாப்பா... பன்னெண்டு மணிக்குப் பிசாசு மாதிரி கண்ணாடி முன்னாடி உக்கார்ந்திருக்க? காதுல என்னவோ சுருங்கினாப்புல இருக்கே... ஏதாவது அடிகிடி பட்டுடுச்சா...” கவலையுடன் தொடப் போன பார்வதியின் கையைப் பிடித்துக் கொண்டாள் சந்தியா.

“இது கொரியன் பியூட்டி ஹேக் பாட்டி. இப்டி காதுல ரப்பர்பேண்ட் மாட்டி, கீழிருந்து மேலாக்க மஸாஜ் பண்ணி விட்டா, கன்னம் லிஃப்ட்டாகும். முகம் யூத்ஃபுல்லா இருக்கும்.”

“ஓஹோ... நேரத்துக்குத் தூங்கினாலே முகம் தெளிவா இருக்காதா... இப்படி ரப்பர் பேண்ட்டை மாட்டிக்கிட்டிருக்கியே... வலிக்கல?”

அதெல்லாம் ஒன்றுமில்லை என்பதுபோல தோளை உயர்த்திக் கண்சிமிட்டினாள் சந்தியா.

அடுத்ததாக கண்ணாடி போலிருந்த திரவத்தை, விரல்களின் நுனியில் ஊற்றிக்கொண்டு கன்னத்தில் ஒற்றி ஒற்றி எடுத்தாள்.

குட்டியாக இருந்த பாட்டிலை எடுத்துப் பார்த்தார் பார்வதி.

'என்னடீ இது... தேங்கா எண்ணெய் பாட்டில் மாதிரி இருக்கு. விலை ஆயிரத்தி நானூத்தி சொச்சம்னு போட்டிருக்கானே...'

'இது ரொம்ப ப்யூர் சீரம் பாட்டி... எந்த கெமிக்கலும் கலக்கல. பிரிசர்வேட்டிவ் கிடையாது. க்ரூயல்ட்டி ஃப்ரீ...'

'கத்துக்குட்டியா? என்னது?... அப்படி என்ன போட்டிருக்கான் இதுல? சஞ்சீவினி மலையில கிடைக்கற மூலிகையா?' சொல்லிவிட்டு கொஞ்சம்போல எடுத்து முகர்ந்து பார்த்தார் பார்வதி. ஒரு வாசனையும் வரவில்லை.

"இத்தனை விலை வைக்கறான்... கொஞ்சம் சென்ட்டையாவது போட மாட்டானா?"

"இது கொரியன் ஆயுர்வேதிக் பியூட்டி கேர். ப்யூர் ஸ்நெயில் மியூசின். போட்டுகிட்டா முகம் கண்ணாடி மாதிரி பளபளன்னு ஆகும்."

'அய்யிய்ய... நத்தையா...'

"நத்தையேதான், ஆனா நத்தையைக் கொடுமை பண்ணி எடுக்க மாட்டாங்க, அது போகும்போது ஒரு கோடு விழும் பாத்திருக்கியா... பளபளன்னு இருக்குமே. அதுல நிறையா நல்ல சப்ஸ்டன்ஸ் இருக்கு."

சந்தியா முடிக்கும் முன்னரே, வாஷ்பேசினுக்கு ஓடினார் பார்வதி. வாசனை பார்க்கும்போது மூக்கில் லேசாகப் பட்ட மியூசினை டெட்டால் போட்டுக் கழுவிக்கொண்டார்.

அதைப் பார்த்துச் சிரித்துவிட்டு, ராயல் ஹனி புரப்போலிஸ் (தேன் மெழுகு) லைட் கிரீமைத் தடவத் தொடங்கினாள் சந்தியா.

★★★

சருமப் பராமரிப்பு என்கிற சொல்லுக்கு முந்தைய தலைமுறைவரை இருந்த அர்த்தத்தை மொத்தமாக மாற்றியமைத்திருக்கின்றனர் ஜென் ஸீ தலைமுறையினர்.

வீட்டிலிருக்கும் பொருள்களைக் கொண்டே சருமப் பிரச்சனைகளைத் தீர்ப்பது, சருமத்தைப் பராமரிப்பது என்னும் வழக்கத்தை மாற்றி, அறிவியல் மூலப்பொருள்களுடன் ஆயுர்வேதத்தையும் சேர்த்து சொகுசான ஓர் அழகு கலாசாரத்தை உருவாக்கியிருக்கின்றனர்.

ஹைலுரோனிக் அமிலம், நியாசினமைட், சாலிசிலிக் ஆசிட்... கெமிஸ்ட்ரி பரிட்சையில் சாய்ஸில் விட்ட பெயர்கள் போல் இருக்கிறதல்லவா? உண்மையில் இவையெல்லாம் இயற்கையான மூலப்பொருள்களிலிருந்து (சேவல் கொண்டை, பச்சைக் காகறிகள், வில்லோ மரங்கள்) பிரித்தெடுக்கப்படுபவை. ஜென் ஸீ பிள்ளைகளுக்கு மிகப் பிடித்தவை.

‘மஞ்சளை பூசிக் குளி, உடலில் முடி வளராது. பயத்தமாவும் பாலேடும் போட்டா தோல் பளபளன்னு இருக்கும்...’ என்று பொதுவாக இவர்களிடம் சொல்லிவிட முடியாது.

‘மஞ்சள்ல குர்குமின் இருக்கு. தோல்ல இருக்கற மாய்ஸ்சரை உறிஞ்சிடும். ஈரப்பதம் இல்லன்னா வயசான மாதிரித் தெரியும். பாலேடு டிரை ஸ்கின்னுக்குத்தான் செட்டாகும். என்னோடது ஆயிலி’ என்று ஆதாரபூர்வமாக மறுப்பர்.

இதுபோன்ற ஆதாரங்களை அள்ளிக்கொடுக்க இணையம் இருக்கிறது. யார் என்ன குறிப்பு சொன்னாலும், அதை ஸ்கின்ஃப்ளூயன்ஸர்கள் யாராவது பயன்படுத்தி வீடியோ போட்டிருக்கிறார்களா? அதற்கு எப்படிப்பட்ட கமெண்ட்டுகள் வந்திருக்கின்றன? ரிவ்யூ இருக்கிறதா? என ஆய்ந்தாய்ந்து மெய்ப்பொருள் கண்டறியும் ஆர்வம் இளைஞர்களிடம் இருக்கிறது. (தோல் பராமரிப்பு குறித்து சோஷியல் மீடியாவில் வீடியோ போடுபவர், ஸ்கின்ஃப்ளூயன்ஸர்)

ஆய்ந்தறியும் ஆர்வத்தை விஸ்வரூபமாக வளர்த்தெடுத்ததில் கொரோனாவுக்கும் முக்கியப் பங்கு உண்டு. அன்றாடச் சுழற்சிகள் அப்படியே நின்று போய், சுத்தமாக இருப்பதும், ஆரோக்கியத்தைப் பேணுவதும் முதல் கடமையாகிப் போன காலம் அது. நோயைப் பற்றிய அச்சம், அன்றாடம் தவறிப்போன பதற்றம், வீட்டுக்குள்ளேயே அடைந்துகிடக்கும் அலுப்பு, எல்லாம் சேர்ந்து உருவாக்கிய மன அழுத்த பலூனை செல்ஃப்கேர் எனும் ஊசி கொண்டு வெடித்தனர் ஜென் ஸீ இளைஞர்கள்.

தீபிகா படுகோனே, ஆலியா பட் போன்ற சினிமா நடிகர்கள் முதல் அழகுக்கலை நிபுணர்கள், தோல் மருத்துவர்கள்வரைப் பலரும் சமூக வலைதளங்களுக்கு வந்து பேசியதும் முக்கியக் காரணம்.

'வீட்டில் காலங்காலமாகப் பயன்படுத்தும் ஒரு பவுடரில் என்னென்ன உட்பொருள்கள் இருக்கின்றன? அவை தோலுக்கு நன்மை செய்யுமா அல்லது அரைமணி நேரத்துக்கு மட்டும் வெள்ளையடித்து சருமத்தை வறளச் செய்துவிடுமா? நம் சருமத் தன்மைக்குத் தகுந்த கிரீம்களை எப்படிக் கண்டடைவது?' என்பன போன்ற விழிப்புணர்வு வீடியோக்கள் பரவலாகப் பகிரப்பட்டன.

இதனால் பெரிதும் கவரப்பட்ட ஜென் ஸீ மக்கள் 'ஒரே பவுடர், ஒரே கிரீம், வீட்டில் எல்லோருக்கும் பொது' எனும் கம்யூனிசப் பழக்கத்தை விட்டொழித்தனர். தன் சருமத்துக்குத் தகுந்த பொருள்களைத் தேடித் தேடி வாங்கத் தொடங்கினர்.

மேலும், அந்தப் பொருள்கள், இயற்கையான மூலப்பொருள்களைக் கொண்டவையாக, நச்சுப் பொருள்கள் கலக்காதவையாக, சுற்றுச்சூழலுக்குப் பாதிப்பு ஏற்படாத வகையில் பேக் செய்யப்பட்ட பொருள்களாக இருக்க வேண்டுமென எதிர்பார்க்கின்றனர். ஐம்பது சதவிகிதத்துக்கும் அதிகமான ஜென் ஸீ இளைஞர்கள் விலங்குகளின் மீது பரிசோதனை செய்யப்படாத (க்ரூயல்ட்டி ஃப்ரீ), கெமிக்கல் கலக்காத ஆர்கானிக் பொருள்களை மட்டுமே வாங்குவதாக ஆய்வுகள் தெரிவிக்கின்றன. இதற்காகக் கூடுதல் விலை கொடுக்கவும் தயாராக இருக்கின்றனர்.

இதனால் சந்தையில் நீண்ட காலமாக மெர்குரி, ஹைட்ரோகுயினோன் போன்ற வேதிப்பொருள்களைக்கொண்டு சிவப்பழகு கிரீம்களை விற்றுக்கொண்டிருந்த பெரிய நிறுவனங்கள் 'க்ரூயல்ட்டி ஃப்ரீ, வீகன், ஆர்கானிக்' பொருள்களைத் தயாரிக்க வேண்டிய கட்டாயத்துக்குத் தள்ளப்பட்டிருக்கின்றன.

பெருநிறுவனங்களுக்குப் போட்டியாக, இந்தியாவிலேயே ஆர்கானிக் அழகுப் பொருள்களைத் தயாரிக்கும் சிறு குறு நிறுவனங்களும் இன்று ஏராளமாகப் பெருகிவிட்டன. இவற்றின் அறுபது சத வாடிக்கையாளர்கள் ஜென் ஸீ மக்கள்தான்.

இந்த வீகன், ஆர்கானிக் பொருள்களைக் கொண்டு முகத்தைப் பராமரிக்கும் ஃபைவ் ஸ்டெப், செவென் ஸ்டெப் ஸ்கின்கேர் ருட்டீனை இளைஞர்கள் விரும்பிச் செய்கின்றனர். இவர்களில் ஆண் பெண் இருபாலருமே அடக்கம். 'ஆண்களுக்கு எதற்கு சருமப் பராமரிப்பு?' என்று இளைஞர்கள் யாரும் கிண்டலாகக் கேட்பது இல்லை. கொரிய பாப் இசைப் பாடகர்களும் ஆண் ஸ்கின்ஃப்ளுயன்ஸர்களும் ஆண்கள் சருமப் பராமரிப்பில் ஈடுபடுவதை சாதாரணச் செய்கையாக மாற்றியிருக்கின்றனர்.

மறுபுறம், 'தேடித்தேடி வாங்கினாலும் தேவைக்கதிகமாக வாங்கிக் குவிக்கின்றனர். முறையான உணவு, உறக்கம் இருந்தாலே சருமம் சீராக இருக்கும். அதை விடுத்து, இதற்காகப் பணத்தையும் நேரத்தையும் செலவழித்து வீணடிக்கின்றனர்' என்கிற விமர்சனமும் எழாமல் இல்லை.

ஆனால் தங்கள் செயலை, வெறும் அழகுப் பராமரிப்பு என்பதைத் தாண்டி தங்களது சுயத்தை வெளிப்படுத்தும் விஷயமாகக் கருதுகின்றனர் ஜென் ஸீ இளைஞர்கள். சருமத்தைச் சீராகப் பராமரிக்கும் ஒழுக்கம் ஊக்கத்தையும், ஆரோக்கியமாக மிளிரும் சருமம் தன்னம்பிக்கையையும் அளிப்பதாகச் சொல்கின்றனர்.

பாடி பாஸிட்டிவிட்டி, பியூட்டி இன் டைவர்ஸிட்டி, செல்ஃப் லவ் என இயற்கை அளித்த உடலைப் போற்றிப் பாதுகாக்கும் ஜென் ஸீக்களுக்கு மற்றொரு முகம் இருக்கிறது.

இருபதுகளிலேயே போட்டாக்ஸ் போட்டுக்கொள்ளும் அந்த ஆறாவது முகத்தைப் பற்றி, அடுத்த அத்தியாயத்தில் பார்க்கலாம்.

முன்னோட்டமாக ஒரு கேள்வி,

பான் கார்டு, ஆதார் கார்டு, முக்கியப் பத்திரங்களையெல்லாம் லாமினேட் செய்து பார்த்திருப்பீர்கள். போலவே உடலில் ஒரு பாகத்தையும் இப்போது லாமினேட் செய்துகொள்கின்றனர். எதுவென்று யூகிக்க முடிகிறதா?

7. என் மூக்கு என் உரிமை

ஒரு பியூட்டி பார்லரில்.

"பின்னாடி நல்லாருக்கா... ஒண்ணும் வித்தியாசமா தெரியலையே?" கேட்டவருக்கு அறுபது வயதுக்கு மேல் இருக்கும். பார்லருக்குப் புருவம் திருத்துவதற்காகப் போயிருந்தேன்.

அப்போதுதான் அவருக்கு முடி வெட்டி முடித்திருந்தனர். பின்னால் அமர்ந்திருந்த என்னைக் கண்ணாடியில் பார்த்துக் கேட்டார்.

பாப் கட்டுக்குக் குறைவாக, கிராப்புக்கு சற்றுக் கூடுதலாக முடி வெட்டியிருந்தனர்.

"கையைத் தூக்கிக் கொண்டை போட முடியல. ஜடை போடவும் கஷ்டமாயிருக்கு. வெட்டிரலாம்னு சொல்லிட்டே இருந்தாங்க. ஒரு வருஷமா தள்ளிப் போட்டுத் தள்ளிப் போட்டு இன்னிக்குத்தான் பார்லருக்கு வந்திருக்காங்க," அருகில் அமர்ந்திருந்த அவரது மகள் சொன்னார்.

முன்பக்கம் பார்த்தால் முடிவெட்டியிருப்பதே தெரியவில்லை. வகிடு பிரித்துப் பின்னல் போட்டிருப்பது போலத் திறமையாகவே வெட்டியிருந்தனர். இருந்தாலும் அந்த அம்மா "ரொம்ப கம்மியா வெட்டலையே... நல்லாத்தானே இருக்கு?" என ஒவ்வொருவராகக் கேட்டுக்கொண்டிருந்தார்.

பார்லரில் இருந்த நான்கு பெண்கள், நான், அவர் மகள் எல்லோரும் "கிராப் மாதிரியெல்லாம் இல்லம்மா... ரொம்ப நல்லாருக்கு," என்று திரும்பத் திரும்பச் சொல்லிக்கொண்டிருந்தோம்.

பத்து நிமிடத்தில் அவரது பேத்தி வந்தாள். கல்லூரி மாணவி. நல்லாருக்கா பாப்பா என்று நுழைந்ததுமே இவர் கேட்டார். ஆனால் அந்த ஜென் ஸீ பெண் அதுவரை நாங்கள் சொன்ன எந்தப் பதிலையும் சொல்லவில்லை.

"உங்களுக்குப் பிடிச்சுருக்கா?" உங்களுக்கு என்பதை அழுத்திக் கேட்டாள். அந்தம்மாள் திகைத்துப்போய் கண்ணாடியில் மீண்டும் பார்த்தார், பின்புறம் கைகளால் தடவிவிட்டுக்கொண்டார்.

பின்னர், "ஆமா... பிடிச்சுத்தான் இருக்கு" என்றார். பின்னர் அவர் கிளம்பும்வரையில் 'நல்லாயிருக்கா?' என்று யாரிடமும் கேட்கவில்லை.

★★★

சென்டினியல் பிள்ளைகள் சமூக வலைதளங்களால் வளர்த்தெடுக்கப்பட்டவர்கள். தொண்ணூறுகளின் கடைசியில் பிறந்தவர்களுக்குக்கூட இணையம் இல்லாத நாள்கள் மங்கலாகத்தான் நினைவில் இருக்கும். சமூகம் என்ன சொல்கிறது என்பதைவிட உனக்கு எது பிடித்திருக்கிறதோ அதைச் செய் என்பதுதான் சமூக வலைதளங்கள் சொல்லித்தரும் முதல்பாடம்.

என் உடல், என் நிறம் அழகுதான் என்று பெருமையுடன் சொல்லும் ஜென் ஸீ பிள்ளைகள், காஸ்மெட்டிக் சிகிச்சைகளையும் விரும்பிச் செய்துகொள்வதை இப்படித்தான் புரிந்துகொள்ள வேண்டும்.

எது உலகம் முழுக்க விரும்பப்பட்டு சமூக வலைதளங்களில் டிரெண்டாகிறதோ அதுவே ஜென் ஸீ மக்களுக்கு விருப்பமானதாக மாறுகிறது. முன்பு நண்பர்கள், பக்கத்து வீட்டுக்காரர்கள், சொந்தக்காரர்கள் என சமூகம் பிடித்திருந்த இடத்தை இப்போது சமூக வலைதளங்கள் ரீப்ளேஸ் செய்திருக்கின்றன என்றும் கூறலாம்.

முகம் இளமையாக, மூக்கு எடுப்பாக, உதடுகள் தெரியும்படி மேக்கப் போடச் சொல்லித்தரும் வீடியோக்கள் மில்லியன் கணக்கில் பார்க்கப்படுகின்றன. தினம் தினம் மேக்கப் போடுவதற்குப் பதிலாக

ஆறு மாதம் வரை அப்படியே வைத்திருக்கும் காஸ்மெட்டிக் புரசீஜர்களும் இப்போது டிரெண்ட்டில் இருக்கின்றன.

முன்பெல்லாம் பிளாஸ்டிக் சர்ஜரி என்பது சினிமா நடிகர்கள் மட்டுமே செய்துகொள்வதாக இருந்தது. (பாப்புலர் உதாரணம்- ஸ்ரீதேவி மாற்றிக்கொண்ட மூக்குகள்). இப்போது மூக்கை மட்டுமல்ல, புருவங்களை, கண்ணுக்குக் கீழே தொங்கும் சதைப் பைகளை, உதட்டை, ஊளைச் சதையை என எதைவேண்டுமானாலும் திருத்திக்கொள்ளலாம். இவற்றை ட்வீக்மெண்ட்ஸ் *(Tweakments)* என்று அழைக்கின்றனர்.

ட்வீக், டிரீட்மென்ட் இந்த இரண்டு வார்த்தைகளையும் இணைத்து உருவாக்கப்பட்ட சொல்தான் ட்வீக்மென்ட். கத்தி இல்லாமல், சருமத்தை லேசாக ஊடுருவிச் செய்யப்படும் சிகிச்சைகள் என இவற்றைச் சொல்லலாம்.

உதாரணத்துக்குப் புருவங்களைத் திருத்துவது. புருவங்களில் அடர்த்தியான முடி இல்லாதவர்கள், அங்கே மைக்ரோபிளேடிங் முறையில் டாட்டூ போட்டுக்கொள்கின்றனர். இது மற்ற இடங்களில் வரையும் டாட்டூ போல நிரந்தரமாக இல்லாமல் ஓரிரண்டு வருடங்களுக்கு மட்டுமே இருக்கும். பின்னர் டச்சப் செய்யலாம் அல்லது வேறு வடிவத்துக்கு மாற்றிக்கொள்ளலாம். போலவே அடர்த்தியான புருவ முடி கொண்டவர்கள் அவற்றை ஒரே சீராக நிறுத்தி லேமினேட் செய்துகொள்கின்றனர். இவற்றுக்கான கட்டணம் ஆயிரத்து ஐந்நூறு ரூபாயிலிருந்து, ஒரு லட்சம் வரை போகிறது. மருத்துவரின் அனுபவம், இருக்குமிடம், தேர்ந்தெடுக்கும் சிகிச்சை இவற்றைப் பொறுத்துக் கட்டணம் மாறுபடும்.

போலவே உதடுகளை இளஞ்சிவப்பாக மாற்றும் லிப் டாட்டூ, பெரிதாக்கிக் காட்டும் லிப் ஃபில்லர்ஸ் போன்ற ட்வீக்மென்ட்ஸும் இளைஞர்களால் விரும்பிச் செய்து கொள்ளப்படுகின்றன.

ட்வீக்மெண்ட் லிஸ்ட்டில் முதலிடத்தில் இருப்பது போட்டாக்ஸ். ஊசிமூலம் செலுத்தப்படும் போட்டுலினம் டாக்ஸின், சருமத் தசைகளைச் சுருங்கவிடாமல் தடுக்கிறது. ஏற்கனவே விழுந்த மென் சுருக்கங்களையும் அயர்ன் செய்தது போல நீவிவிடுகிறது. இந்த நீவல் மூன்று முதல் ஆறு மாதங்கள் வரையில் அப்படியே இருக்கும்.

ஜென் ஸீ பிள்ளைகள் இன்னும் முப்பதைக் கூடத் தொடவில்லையே? அவர்களுக்கு எதற்கு போடாக்ஸ் என்னும் சந்தேகம் எழலாம்.

இருபதுகளின் தொடக்கத்திலேயே இப்போதெல்லாம் போட்டாக்ஸ் போட்டுக்கொள்கின்றனர். போட்டுத்தான் பார்ப்போமே எனும் கியூரியாஸிட்டியும், இளவயதிலேயே அவற்றைப் பயன்படுத்தும் இன்ஃப்ளூயன்ஸர்களும், அதைக் குறித்த ஏராளமான தகவல்களும், நவீன சிகிச்சை முறைகளும் முக்கியத் தூண்டுதல்கள்.

சுருங்கிய துணியை அயர்ன் செய்வதைக் காட்டிலும் புதுத்துணியைச் சுருங்காமல் பாதுகாத்துக்கொள்வது சிறப்பு என்கின்றனர் ஜென் ஸீ மக்கள். இந்த வரும்முன் காப்போம் மனோபாவத்துக்கு, ப்ரிஜுவனேஷன் என்று பெயரிட்டிருக்கிறது அமெரிக்காவின் ஏஸ்தட்டிக் சர்ஜரி ஜர்னல்.

டெர்மல் ஃபில்லர்ஸ், மைக்ரோ நீடிலிங், முடியை அகற்றும் லேசர் சிகிச்சைகள், சரும நிறத்தை மேம்படுத்தும் கெமிக்கல் பீலிங் போன்ற ட்வீக்மென்ட்ஸும் ஸூமர் மக்கள் மத்தியில் பாப்புலராக இருக்கின்றன.

அழகைப் பராமரிப்பதற்கு அநியாயமாக மெனக்கெடுகின்றனர், நேரில் பார்ப்பதைக் காட்டிலும் புகைப்படங்களில் பளிச்செனத் தெரிய வேண்டுமென விரும்புகின்றனர், வீண் செலவு செய்கின்றனர் என்பது போன்ற விமர்சனங்கள் ஜென் ஸீ பிள்ளைகளின் மீது வைக்கப்படுகின்றன.

இதைப் பற்றியெல்லாம் அவர்கள் அலட்டிக்கொள்வதில்லை. ‘ஹேட்டர்ஸ் கோயிங் டு ஹேட், பொட்டேட்டோஸ் கோயிங் டு பொட்டேட். ஹூ கேர்ஸ்?’ (தூற்றுபவர்களை மாற்றமுடியாது, அவர்களை நினைத்து ஏன் கவலைப்பட வேண்டும்?) என குறைகூறுபவர்களை கன்ட்ரோல் டெலீட் போட்டு கடந்து விடுகின்றனர்.

அவர்கள் அப்படிக் கடந்து போகாத ஒரு விஷயம் இருக்கிறது. சென்ற தலைமுறைவரை பேசத்தயங்கி, மூடி மறைத்து சமூகத்தில் மதிப்புக்குறைவாகப் பார்க்கப்பட்ட விஷயம் அது.

ஆனால், மதிப்பைக் குறைத்தால் அது சமூகத்தின் தவறு, என் தவறு

இல்லை என்று ஜென் ஸீ தலைமுறையால் அணுகப்படும் அந்த சிக்மா விஷயத்தைப் பற்றி அடுத்த அத்தியாயத்தில் பார்க்கலாம்.

அதற்கு முன் ஒரு டீசர் கேள்வி, *5-4-3-2-1* டெக்னிக்கைப் பற்றிக் கேள்விப்பட்டிருக்கிறீர்களா?

8. கவலைப்பேச்சு எங்கள் மூச்சு

ஒரு கல்லூரி கேண்டீனில்...

மாயா: 'காலேஜ் முடியப்போகுது, நல்ல கிரேட் வாங்கணும், நல்ல புராஜெக்ட் கிடைக்கணும்.' அப்படீன்னு எங்கம்மாவும் அப்பாவும் டெய்லி சொல்லிக்கிட்டே இருக்காங்க. ஒரே ஆங்க்ஸைடியா இருக்கு. சம்டைம்ஸ் மூச்சுவிடவே கஷ்டமாருக்கு.

ஜமால்: ஐ கெட் தட். எங்க வீட்டுல அந்த பிராப்ளம் இல்ல. பட் ஐ ஃபீல் லோ. இன்ஸ்ட்டால எனக்கு வேண்டிய எல்லாமே இருக்கற மாதிரி இருக்கு. ஆனா அங்க பார்க்கறவங்களோட என்னை கம்பேர் பண்ணிக்கறேன். பர்ஃபெக்ட்டான உடம்பு, பியூட்டிஃபுல் வகேஷன், வேற லெவல் வாழ்க்கை... இந்தப் பக்கம் நான், நைட்டு ரெண்டு மணிக்கு பெட்ல உக்கார்ந்து டூம் ஸ்க்ரோலிங் பண்ணிக்கிட்டு... வொர்ஸ்ட்.

பிளஸி: புரோ... நீங்கல்லாம் ஏதேதோ ஃபீல் பண்ணிச் சொல்றீங்க. எனக்கு ஒண்ணுமே இல்லாம எம்டியா இருக்கு. பெட்ல சும்மா ஒக்காந்து விட்டத்தைப் பார்த்துக்கிட்டிருப்பேன். எங்கம்மா அதுக்கு சோம்பேறித்தனம்னு பேரு வச்சிருக்காங்க.

நிரஞ்சனா: நான் அப்டியே ஆப்போஸிட். என் மைண்டுக்குள்ள ஏதாவது ஓடிக்கிட்டே இருக்கும். எக்ஸாம்ல ஃபெயில் ஆகிடுவேனோ? அப்படி ஆனா பிரண்ட்ஸெல்லாம் என்னை விட்டுப் போயிடுவாங்களா? இப்படியெல்லாம் யோசிப்பேன்.

ஏதாவது ஃபங்ஷனுக்குப் போகணும்னாகூட நம்மளால நல்லா நடந்துக்க முடியுமான்னு ஒரே பதற்றமா ஆகிடுது.

வைபவ்: இந்த ஃபீலிங்ஸ் எல்லாமே ரொம்ப காமன்தான். முன்னாடி யாரும் இதை பெருசா டிஸ்கஸ் பண்ணதில்ல. நான் ஒரு தெரபி செஷன் போயிக்கிட்டிருக்கேன். மாயா, ஆங்ஸைட்டியா இருக்கறப்ப மூச்சுவிடவே கஷ்டமாயிருக்குன்னு சொன்னல்ல... அதுக்கு ஒரு சின்ன டெக்னிக் இருக்கு.

மாயா: சொல்லு புரோ...

வைபவ்: *5-4-3-2-1* டெக்னிக்குன்னு இதைச் சொல்லுவாங்க. உன்னைச் சுத்தி இருக்க அஞ்சு விஷயங்களைப் பார்க்கணும், நாலு விஷயங்களைக் கையால் தொடணும், மூணு விஷயங்களைக் கேக்கணும், ரெண்டை ஸ்மெல் பண்ணணும், ஒண்ணைச் சாப்பிடணும். இப்படிப் பண்ணும்போது, ஃபியூச்சரைப் பத்தி யோசிச்சு கவலைப்படறதை விட்டுட்டு நாம கரண்ட் சினாரியோவுக்குள்ள வந்துடுவோம்.

ஜமால்: ஆங்க்ஸைட்டிக்கு ஓகே. சோஷியல் மீடியா ஸ்ட்ரெஸ்ஸுக்கு இது செட் ஆகாதே...

நிரஞ்சனா: நான் ஆப்லயே டைம்லிமிட் செட் பண்ணி வச்சிருக்கேன். வீக்கெண்ட்ஸ்ல டிஜிட்டல் டீட்டாக்ஸ் பண்ணுவேன். போனை எடுக்கணும் எடுக்கணும்னு கை போயிகிட்டே இருக்கும். பட், கொஞ்ச நேரத்துக்கப்றம் ரொம்ப லைட்டா ஃபீல் பண்ணுவோம்.

பிளஸி: நமக்கு இருக்கறது நார்மல் ஸ்ட்ரெஸ்ஸா இல்ல டிப்ரஷன் மாதிரி சீரியஸ் திங்-கான்னு எப்படி தெரிஞ்சுக்கறது புரோ?

வைபவ்: குட் கொஸின். ஸ்ட்ரெஸ், டெம்ப்ரவரி. சில சிச்சுவேஷன்ல மட்டுமே இருக்கும். டிப்ரஷன் தொடர்ந்து இருந்துகிட்டே இருக்கும். தூக்கம், பசி, எனர்ஜி, இன்ட்ரெஸ்ட் எல்லாமே அஃபெக்ட் ஆகும். இந்த மாதிரி நமக்கு ரெண்டு வாரத்துக்கு மேல இருந்ததுன்னா அதைப் பத்தி மத்தவங்க கிட்ட பேசியே ஆகணும்.

ஜமால்: இந்த மாதிரி எனக்கு மெண்டல் இஷ்யூ இருக்குன்னு சொல்றதை வீக்னஸா பார்க்கறாங்க. அதுவும் ஆம்பிளைப் பசங்க தான் 'வீக்'குன்னு சொல்லவே கூடாது. ஆக்சுவலி, வெக்கப்படாம

ஹெல்ப் கேக்கறதுதான் ரியல் ஸ்ட்ரெங்க்த்துன்னு எனக்குத் தோணுது.

★★★

'ஆண்பிள்ளைகள் அழக்கூடாது', 'பெண்கள் பூமித்தாய் போலப் பொறுமையானவர்கள், எதையும் தாங்கிக்கொள்பவர்கள்' என்பது போன்ற நம்பிக்கைகள் கொண்ட இந்தியச் சமூகத்தில் உடலுக்கு வரும் நோய் போல, மனநலப் பிரச்சனைகள் இயல்பான விஷயமாகப் பார்க்கப்பட்டதில்லை. மனத்துக்கென்று ஒரு நலம் இருக்கிறது, அதில் குறைவு ஏற்பட்டால் மருத்துவரைப் பார்க்கவேண்டும் என்பதும் சில காலம் முன்புவரை இங்கு வழக்கத்தில் இல்லை.

அதை மாற்ற வேண்டிய கட்டாயம் ஜென் ஸீ பிள்ளைகளுக்கு இருந்தது. காரணம், முன்னெப்போதும் இல்லாதளவு ஆங்கஸைட்டியும், ஸ்ட்ரெஸ்ஸும்.

முன்பெல்லாம் படிக்கும்போது அந்தப் பள்ளியில் படிக்கும் சக மாணவர்கள்தாம் நமக்குப் போட்டியாக இருப்பார்கள், இல்லையென்றால் பக்கத்து வீட்டு, உறவுக்காரப் பிள்ளைகள்.

இப்போது நாடு முழுவதற்கும் ஒரே நுழைவுத்தேர்வு, ஊர் தாண்டி, மாவட்டம், மாநிலம் கடந்து படிக்கும் பிள்ளைகளுடன் முட்டி மோத வேண்டும். அதில் ஜெயிக்க முடியவில்லையென்றால், குடும்பமும் சுற்றமும் தரும் அழுத்தத்தைத் தாங்கிக்கொண்டாக வேண்டும்.

படிப்பு மாத்திரம் இல்லை. வேலை, திருமணம், வாழ்க்கைமுறை என சமூகம் ஏற்கனவே ஒரு எதிர்பார்ப்பை 'சமைத்து' வைத்திருக்கிறது.

பாரம்பரியமாக வரும் அந்த எதிர்பார்ப்புகளைப் பூர்த்தி செய்யவேண்டும் என்கிற பதற்றமும், இன்றைய நவீன உலகின் கணக்கற்ற சாத்தியங்கள் தரும் சுதந்திரமும் வட துருவத்துக்கும் தென் துருவத்துக்கும் ஜென் ஸீ தலைமுறையைத் தொடர்ந்து அலைக்கழிக்கின்றன.

இந்த அலைக்கழிப்பைக் கையாளும் விதத்தில்தான் ஜென் ஸீ பிள்ளைகள் பிற தலைமுறையினரிடமிருந்து வேறுபடுகின்றனர்.

மனநலத்தைக் குறித்துப் பேசுவது மானப்பிரச்சனையாகப் பார்க்கப்பட்ட பின்புலத்தில் வளர்ந்த ஜென் ஸீ பிள்ளைகள், அது குறித்து வெளிப்படையாகப் பேசத் தொடங்கியதுதான் மாற்றத்தின் தொடக்கப்புள்ளி.

தொடர்ந்து பேசியும், அது குறித்து உரையாடியும் மனநலம் பேணுதலை இயல்பான விஷயமாக மாற்றிவருகின்றனர்.

இப்படியான பேச்சுகள் பெரியவர்களுடன் சாத்தியமில்லாதபோது, சமூக வலைதளங்களைப் பயன்படுத்திக்கொள்கின்றனர். 'தி இந்தியன் மெண்டல் ஹெல்த் கலெக்டிவ்' 'பிரவுன் கேர்ள் தெரபி' போன்ற இன்ஸ்டாகிராம் கணக்குகளை நூற்றுக்கணக்கான, ஆயிரக்கணக்கான மக்கள் பின்தொடர்கின்றனர்.

'எனக்கு டிப்ரஷன் இருக்கு. அதை இன்ஸ்ட்டால போஸ்ட் பண்ணப்போ, என் சொந்தக்காரங்களெல்லாம் பார்த்தா என்ன நினைப்பாங்க? அம்மாப்பாவுக்கு அவமானமா இருக்குமோ? அப்டீங்கறதுதான் முதல் எண்ணமா இருந்தது. ஆனா நினைச்சதுக்கு மாறா, ஏகப்பட்ட பேர்கிட்டேர்ந்து சப்போர்ட் கிடைச்சது. அவ்வளவா பேசாத சொந்தக்காரங்களெல்லாம் தனியா கூப்பிட்டுப் பேசினாங்க. எங்களுக்கும் இப்படி இருந்தது, நீ துணிச்சலா வெளில சொல்லிட்டன்னு பாராட்டினாங்க.'

'எனக்கு ஆங்க்ஸைட்டி இருக்குன்னு என் பாட்டிக்கிட்ட சொல்லப் போனேன். அப்பதான் அதுக்குச் சரியான தமிழ் வார்த்தையே இல்லங்கற விஷயம் தெரியவந்தது. அதைப் பத்தி எஜுகேட் பண்ற மாதிரி வீலாக் போட்டுக்கிட்டிருக்கேன்.'

இவைபோலத் தனக்கேற்பட்ட மனநலப் பிரச்சனைகள், அதிலிருந்து மீண்டெழுந்த வழிகள் குறித்துப் பேசும் பதிவுகள் அதிகளவில் பகிரப்படுகின்றன. வீடியோக்கள் மில்லியன் கணக்கில் பார்க்கப்படுகின்றன. இந்த வீடியோக்கள் தமிழ், தெலுங்கு, ஹிந்தி போன்ற வட்டார மொழிகளிலும் இருப்பதால், மெட்ரோபாலிட்டன் சிட்டிக்குள் மட்டுமே சுற்றிக்கொண்டிருந்த 'மெண்டல் வெல்நஸ்' இப்போது கடைக்கோடி கிராமம் வரை சென்று சேர்ந்திருக்கிறது.

டீக்கடைகளிலும், கல்லூரி கேன்டீன்களிலும், வாட்ஸப் குழுக்களிலும் இளைஞர்களின் உரையாடலில் மென்டல் வெல்நஸ் குறித்த பேச்சுகளும் இயல்பாகக் கலந்துவிட்டன.

சரி வெளிப்படையாகப் பேசுவது, பகிர்ந்துகொள்வதைத் தவிர இவர்கள் வேறு எப்படியெல்லாம் உளச்சிக்கலைக் கையாளுகின்றனர்?

மென்டி பி, ஸ்ட்ரெஸ்ஸி டிப்ரெஸி என இவர்கள் செல்லப்பெயர் வைத்து சீராட்டும் மனநலத்தைப் பற்றி விரிவாகப் பார்ப்பதற்கு முன் ஒரு கேள்வி,

கணக்குகளை ஆடிட் செய்வது குறித்துக் கேள்விப்பட்டிருப்போம். ஜென் ஸீ மக்கள் ஆங்க்ஸைட்டியை எப்படி ஆடிட் செய்கின்றனர் என்று தெரியுமா?

9. ஆங்க்ஸைட்டி ஆடிட்

“என்னாச்சு புரோ? யு லுக் ஸ்ட்ரெஸ்ஸி...” லாப்டாப்புக்கு முன்னால் தலையில் கைவைத்து அமர்ந்திருந்த அறைத்தோழி ஆத்யாவைப் பார்த்துக் கேட்டாள் சாரா.

“சரி ஓகே... ஆக்ஸைட்டி ஆடிட் பண்ணுவோமா? காலைலேர்ந்து என்னென்ன பண்ண... ஒன்னொன்னா சொல்லு புரோ.” காவ்யாவும் துணைக்கு வந்தாள்.

உடனே லேப்டாப்பில் தனது ஆங்க்ஸைட்டி ஜர்னலைத் திறந்தாள் ஆத்யா.

“எழுந்த உடனே பேங்க் பேலன்ஸ் செக் பண்ணினேன். தப்பு நம்பர் ஒன். பிரியா, புரமோஷன் கிடைச்சதை ஸ்டோரியா போட்டிருந்தா. அதைப் பார்க்கப் போய், லிங்க்டின் ராபிட் ஹோலுக்குள்ள விழுந்துட்டேன். அப்றம் அம்மா போன் பண்ணி, எப்படீ கல்யாணம் பண்ணிக்கப் போறன்னு கேட்டாங்க. அது தனி கேட்டகிரி ஆஃப் ஆங்க்ஸைட்டி.”

“கிளாஸிக் மிஸ்டேக்ஸ்... நம்ம ரூல்ஸ் என்ன? பத்து மணிக்கு முன்னாடி நோ சொஷியல் மீடியா, மண்டே அன்னிக்கு பேங்க் பேலன்ஸ் செக் பண்ணக் கூடாது.”

“ஆனா இன்னிக்கு ட்யூஸ்டே புரோ.”

“சரி, ஒய்-னு முடியற எந்தக் கிழமைலயும் செக் பண்ணக் கூடாது, ஓகேவா?”

ஆத்யா தனது ஆங்க்ஸைட்டியை மறந்து சிரித்தாள். "எனக்கு ஒரு ஐடியா தோணுது புரோ... இந்த நெர்வஸ் எனர்ஜியையெல்லாம் யூஸ் பண்ணி ரீல்ஸ் கிரியேட் பண்ணினா என்ன?"

"ஜீனியஸ் புரோ... ஆங்க்ஸைட்டி வித் ஆத்யான்னு ஒரு சீரீஸாவே போடலாம். ஆங்க்ஸைட்டியை ஏஸ்தட்டிக்கா சொன்னா க்ளிக் ஆகும்னு தோணுது."

அடுத்த இரண்டு மணி நேரத்தில் ரிங் லைட் முன் அமர்ந்து பேசினாள் ஆத்யா. பின்னணியில் நேர்த்தியாக அடுக்கி வைக்கப்பட்ட புத்தகங்கள், அருகில் டவரா டம்ளரில் ஆவி பறக்கும் ஃபில்டர் காபி, பீங்கான் தட்டில் நாலைந்து மேரி பிஸ்கட்டுகள்.

"ஃபேமிலி, ஒரு சாஃப்ட்வேர் பையனைப் பார்க்கறேன். கல்யாணம் பண்ணிக்கோங்குது. நான் இங்க உக்காந்து பைத்தான் படிக்கலாமா? இல்ல சென்னை டிராஃபிக், நம்ம வாழ்க்கையோட குறியீடுன்னு சொல்லி ஒரு மீம் போடலாமான்னு யோசிச்சுட்டிருக்கேன். எந்த முடிவும் எடுக்க முடியல... தலை சூடானதுதான் மிச்சம். இந்தக் குவாட்டர் லைஃப் குழப்பத்தைத் தீர்க்க ஒரே வழி... ஒரு இன்ஸ்ட்டன்ட் காபி... கொஞ்சம் மேரி பிஸ்கட்... சியர்ஸ்."

ஆத்யாவின் ரீல் முப்பதாயிரத்துக்கும் மேற்பட்ட ரியாக்ஷன்களைப் பெற்றது. சியர்ஸ் நாங்களும் இதேபோலத்தான் மண்டை குழம்பிக் கிடக்கிறோம் எனக் கமெண்ட்டுகளும் குவிந்தன.

தெரப்யூட்டிக் குக்கிங், டச்சிங் த கிராஸ் டு சீட் ஸ்ட்ரெஸ் என அடுத்தடுத்த கன்டென்ட் ஐடியாக்களைக் கொடுத்து கிரியேட்டிவிட்டியால் ஆத்யாவின் ஆங்க்ஸைட்டியை உடைத்தனர், அறைத்தோழிகள்.

★★★

'கவலையெல்லாம் மனசுல போட்டு உழப்பிக்காத. மைண்ட்ல ஏத்திக்காத. காலப்போக்குல சரியாப் போயிடும்.' இதுதான் முன்பு பொதுவாக மனக்கவலைகளுக்குச் சொல்லப்படும் தீர்வு. ஆனால் காலம் கவலைகளைத் தீர்க்காது என்று தீர்மானமாக நம்புகின்றனர் ஜென் ஸீ மக்கள்.

'எந்தச் செயலைச் செய்யும்போது சங்கடமாக உணர்கிறோம்?'

என்பதைக் கவனிக்கின்றனர், சிலர் எழுதி வைத்துக்கொள்கின்றனர். அவ்வப்போது அதைப் படித்துப் பார்த்து தம் மனநிலையைத் தணிக்கை செய்துகொள்கின்றனர்.

தனக்கு ஸ்ட்ரெஸ், ஆங்க்ஸைட்டி இருக்கிறது என்பதை அறிந்து கொள்வதுதான் தீர்வுக்கான முதல்படி. 'ஸ்ட்ரெஸ்ஸெல்லாம் இல்லை. எனக்கு அதெல்லாம் வராது' என்று எதிர்க்காமல் ஒப்புக்கொள்வது இரண்டாம்படி.

அதைப்பற்றி தன் குடும்பத்தினரிடமும் நண்பர்களிடம் பகிர்ந்து கொள்வது அடுத்த கட்டம். தேவைப்பட்டால் மருத்துவ உதவியை நாடுவது நான்காம் படி. உடற்பயிற்சி, உணவுக் கட்டுப்பாடு, ஸ்கிரீன் டைம் குறைப்பு, மருந்துகள் என மருத்துவர்கள் சொல்லும் அறிவுரைகளை முறையாகப் பின்பற்றுவது ஐந்தாம்படி.

தனக்கு மனச்சிக்கல் இருப்பதை ஒப்புக்கொள்வதில் ஜென் ஸீ மக்களுக்கு எந்தப் பிரச்சனையும் இல்லை. அதை வெளிப்படையாகச் சொல்வதையும், பலவீனமாகவோ, மதிப்புக் குறைவாகவோ பார்ப்பது இல்லை. அதனால் முதல் மூன்று படிகளையும் எளிதாகவே கடந்துவிடுகின்றனர்.

அடுத்தபடியாக, ஸ்ட்ரெஸ், ஆங்க்ஸைட்டியை மேனேஜ் செய்வதற்கு இவர்கள் முதலில் நாடுவது மொபைல் செயலிகளைத்தான்.

ஃபாரஸ்ட், ஹெட்ஸ்பேஸ், *Calm*, *Wysa* போன்ற செயலிகள் உளக்குவிப்பு, யோகா, தியானம், மூச்சுப்பயிற்சிகள், மனஅமைதியைத் தரும் ஓசைகள் எனப் பல சேவைகளை ஒருங்கே வழங்குகின்றன. செயற்கை நுண்ணறிவைக் கொண்டு நமது தூக்கத்தின் தரத்தை மதிப்பிடுகின்றன, மனநிலையைக் கண்காணிக்கின்றன.

பிரீமியம் சேவையில் மருத்துவருடன் நேரடியாக உரையாடவும் முடியும். நெட்ஃப்ளிக்ஸ் பாஸ்வேடைப் போல, பணம் கட்டிப் பெற்ற வெல்நஸ் ஆப் பிரீமியம் சேவைகளின் பாஸ்வேர்டையும் ஜென் ஸீ பிள்ளைகள் பகிர்ந்து கொள்கின்றனர்.

மேகி செய்வதை தெரப்யூட்டிக் குக்கிங்-காகவும், பூங்காவுக்குப் போவதை 'டச்சிங் த கிராஸ்' எனவும், ஸ்பாட்டிஃபையில் திபெத்திய கிண்ணச் சத்தங்களை 'ஏஸ்தெட்டிக் பிளேலிஸ்ட்'டாகவும் போட்டு உளச்சிக்கல்களைக் கைவைத்தியமாகத் தீர்த்துக் கொள்பவர்களும் உண்டு.

மறுபுறம், சாதாரணமாகக் கடந்து போகவேண்டிய கவலைகளை பேசிப்பேசிப் பெரிதாக்குகின்றனர் என்கிற விமர்சனமும் எழாமல் இல்லை.

வேலையைச் செய்யாமல் ஒத்திப்போடுவதற்கு நர்வெஸ்நெஸ் பேனிக் அட்டாக் என்று புதுப் புதுப் பெயர்களைச் சொல்கின்றனர், சோம்பேறித்தனத்துக்குச் சொல்லும் சாக்குதான் மென்டல் வெல்நஸ் என்பது போன்ற குற்றச்சாட்டுகள் வைக்கப்படுகின்றன. இது பற்றிய பகடி வீடியோக்களும் மீம்களும் ஏராளமாக உருவாக்கப்பட்டிருக்கின்றன (அதில் பாதிக்கு மேல் ஜென் ஸீ தலைமுறை உருவாக்கியவைதான்!).

கொரோனா எனும் புது வைரஸ் அறிமுகமானபோது, சாதாரண சளி ஜுரம் வந்தால் கூட பயந்து போனோம்தானே? கொரோனாவாக இருக்குமோ என்று பாதுகாப்பு நடவடிக்கைகளை எடுத்தோம்தானே? அப்படித்தான் ஜென் ஸீ பிள்ளைகளுக்கு இந்த ஆங்க்ஸைட்டியும் ஸ்ட்ரெஸ்ஸும். அடிக்கடி சொல்வதாக இருந்தாலும், அதைப் பற்றிய பேச்சுக்களும், உரையாடல்களும் அவசியம். மனநலப் பிரச்சனைகளின் மேலிருக்கும் விலக்கத்தையும், பயத்தையும் போக்குவதற்கு அதுவே சிறந்த வழி.

ஜென் ஸீ இளைஞர்களின் மேல் வைக்கப்படும் மற்றொரு விமர்சனம் பொறுப்பின்மை. இளைஞர்களாக இருக்கும்போது கிட்டத்தட்ட எல்லாத் தலைமுறையுமே இந்த விமர்சனத்தைச் சந்தித்திருக்கும். இப்போது ஜென் ஸீயின்மேல் கூடுதல் அழுத்தத்துடன் சொல்லப்படுவதற்குக் காரணம் ஆண்-பெண் உறவு.

சிச்சுவேசன்ஷிப், டெக்ஸ்டேஷன்ஷிப் எனப் புதுப் புதுப் பெயர்களில் இவர்கள் கவிழ்த்துப் போட்டுக் கொண்டிருக்கும் காதல் கோட்டையைப் பற்றிப் பார்ப்பதற்கு முன் ஒரு கேள்வி,

ஆர்பிட் என்றால் உடனே சுற்றுவட்டப் பாதையோ, சூயிங்-கம்மோ நினைவுக்கு வரலாம். ஆனால் ஓர் உறவிலிருந்து வெளியேறியவர் சமூக வலைதளங்களில் மட்டும் தொடர்ச்சியாக ரியாக்ட் செய்து கொண்டிருப்பதை ஆர்பிட்டிங் என்கின்றனர் ஜென் ஸீ இளைஞர்கள். ஆர்பிட்டிங் போல பாக்கெட்டிங் எனும் சொல்லுக்கு என்ன அர்த்தம் வைத்திருக்கிறார்கள் தெரியுமா?

10. காதல் குண்டு

‘எப்பவோ ஒருதடவை வீகன் ரெஸ்ட்டாரன்ட் போகணும்னு சொன்னேன். அதை ஞாபகம் வச்சுகிட்டு சர்ப்ரைஸா நேத்திக்கு கத்தீட்ரல் ரோட்டுல புது இடத்துக்குக் கூட்டிட்டுப் போனான். திஸ் கை இஸ் அன்ரியல்’ தற்செயலாக மாலில் அறிமுகமாகி, நெருக்கமான பிரதீப்பைப் பற்றிச் சொல்லிக்கொண்டிருந்தாள் திவ்யா.

‘பார்த்துடி... எனக்கென்னவோ அவன் லவ் பாம்பிங் பண்ற மாதிரி தெரியுது.’ நாலைந்து டேட்டிற்குச் சென்ற அனுபவத்தில் சொன்னாள் நிரஞ்சனா.

‘எல்லாரும் அப்படி கிடையாதுடி...’ பிரதீப்பின் மீது திவ்யாவுக்கு நல்ல வைப் இருந்தது. கடற்கரை, ரூஃப்டாப் ரெஸ்ட்டாரெண்ட், மால் என மேலும் சில இடங்களுக்குச் சேர்ந்து சுற்றிய பிறகு பிரதீப்பை சாஃப்ட் லாஞ்ச் செய்ய முடிவெடுத்தாள்.

முதலில் இரண்டு காபி கப்புகள், அடுத்து கோத்ததுபோல் இரண்டு கைகள், இறுதியாக பிரதீப்பின் தோள் மட்டும் தெரிவதுபோல ஒரு படம் அதில், பிலவி: சண்டே வைப்ஸ் என்று இன்ஸ்ட்டாவில் பகிர்ந்தாள்.

திவ்யாவின் நண்பர்கள், உடன் வேலைபார்ப்பவர்களெல்லாம் உடனடியாக அவளுக்கு டிஎம் செய்தனர்.

'ஹே.. ஸ்பில் த ட்டீ... ஹூ ஈஸ் ஹீ?'

'கொஞ்ச நாளாவே நீ *MIA*... காரணம் இவனா?'

எல்லோருக்கும் ஒரு கண்ணடிக்கும் எமோஜியைப் பதிலாக ஒட்டி அனுப்பினாள் திவ்யா. இப்படியே இரண்டு மாதங்கள் போயின.

திடீரென ஏதோ தவறாக இருப்பதாக உணர்ந்தாள் திவ்யா.

பிரதீப், தனது நண்பர்களுக்கோ, உறவினர்களுக்கோ இன்னும் அவளை அறிமுகப்படுத்தவே இல்லை. அலுவலகத்தில் ஒரு பார்ட்டி இருப்பதாகச் சொன்னான். 'நானும் வரவா?' என கேஷுவலாகக் கேட்டதற்கு 'போரிங் கார்ப்பரேட் திங்' என கன்வின்சிங்காக பதில் சொன்னான்.

'அவன் உன்னை பாக்கெட்டிங் பண்றான்' என்றாள் நிரஞ்சனா.

அந்த வார ஞாயிற்றுக்கிழமை, பிரதீப்புடைய பதினோராவது மாடி ஃபிளாட்டில், அகலத் திறந்திருந்த ஃபிரஞ்சு விண்டோவுக்கு அருகில் நின்றுகொண்டு திவ்யா கேட்டாள்,

'வாட் ஆர் வீ பிரதீப்?'

வேகமாக அடித்த காற்று திவ்யாவின் கேசத்தை அலைக்கழித்தது. காதோரமாக அவள் ஒதுக்கிவிட்ட ஒரு கற்றை முடி அடுத்த காற்றலையில் விடுபட்டு நெற்றியைக் குறுக்குவாட்டாக வருடியது. அதை ரசித்துக்கொண்டிருந்த பிரதீப், ஏற்கனவே யோசித்து வைத்திருந்ததுபோல சுருக்கமாகப் பதில் சொன்னான்.

'ஐ கேர் அபவுட் யூ எ லாட், திவ்யா.'

திவ்யா சுதாரித்துக்கொண்டாள்.

'ஸோ அவ்ளோதான். இது ரிலேஷன்ஷிப் இல்ல... சிச்சுவேஷன்ஷிப்புங்கற?'

'அது... எனக்குச் சொல்லத் தெரியல *Bae*... இட்ஸ் காம்ப்ளிகேட்டட்' வழக்கம்போல நழுவிக்கொண்டான் பிரதீப்.

இந்த சீரியஸ் கான்வோ-வுக்குப் பிறகு வேலையில் பிஸியானான் பிரதீப். வாரத்துக்கு மூன்று நாளாக இருந்த 'டேட்' மூன்று வாரத்துக்கு ஒன்றாகக் குறைந்துபோனது.

'அவன் ஸ்லோ ஃபேட் பண்றான். கோஸ்டிங்கை விடக் கேவலமான திங்' வெறுப்புடன் சொன்னாள் நிரஞ்சனா.

முதல் முறையாக அவள் பேச்சில் உண்மையிருப்பதாகத் தோன்றியது திவ்யாவுக்கு. வெயில் நேரத்தில், கையில் பிடித்திருக்கும் சாக்கோபார் போல அவன் கரைந்துபோவதை உணர்ந்தாள்.

★★★

சூழ்நிலை+உறவு இரண்டு சொற்களும் இணைந்து உருவான வார்த்தைதான் சிச்சுவேஷன்ஷிப்.

இந்தச் சொல் முதன் முதலாகப் பயன்படுத்தப்பட்டது 2006-ஆம் ஆண்டில். அப்போது 'தீர்க்கப்படாத பிரச்சனைகள் கொண்ட உறவு' எனும் பொருளில்தான் அர்பன் அகராதியில் சேர்க்கப்பட்டது.

பின்னர் அதன் எதிர்மறைத் தன்மை குறைக்கப்பட்டு, நட்புக்கும் காதலுக்கும் இடையேயான, வரையறை செய்யக் கடினமான உறவு என்று அர்த்தம் கொள்ளப்பட்டது. இதே அர்த்தத்தில், ஊடகங்களில் பரவலாகப் பயன்படுத்தப்பட்டு, சமூக வலைதளங்கள் மூலம் பிரபலமடைந்தது.

டிஜிட்டல் தளங்களில் மெசேஜ் அனுப்புவதை வைத்து உருவான சொல் டெக்ஸ்டேஷன்ஷிப். காதல் கோட்டை படத்தின் மாடர்ன் வடிவம் எனலாம். கமலி சூர்யாவைப் போல நேரே பார்க்கமல் செய்திப் பரிமாற்றத்தின் மூலமாகவே பழகி, மனதளவில் நெருக்கமாகிவிட்டவர்களின் உறவு டெக்ஸ்டேஷன்ஷிப் என்று அழைக்கப்படுகிறது.

கோஸ்டிங் என்றால் சொல்லாமல் கொள்ளாமல் உறவிலிருந்து காணாமல் போவது, ஸ்லோ ஃபேடிங் என்றால் உறவிலிருந்து கொஞ்சம் கொஞ்சமாகக் கழன்று கொள்வது, *MIA* என்றால் மிஸ்ஸிங் இன் ஆக்‌ஷன்.

திரைப்படத்தை வெளியிடுவதற்கு முன் டீசர், டிரெயிலர் வருவது போல, தான் ரிலேஷன்ஷிப்பில் இருப்பதை மறைமுகமாக சோஷியல் மீடியாவில் வெளிப்படுத்துவது சாஃப்ட் லாஞ்ச் எனப்படுகிறது. இணையின் முகத்தை முழுதாகக் காட்டினால் அது ஹார்டு லாஞ்ச்.

யாருக்கும் தெரியாமல் ஒரு பொருளை பாக்கெட்டுக்குள் வைத்து மறைப்பது போல, பார்ட்னரைத் தனது நண்பர்கள், உறவினர்கள், சோஷியல் மீடியா என யாருக்கும் அறிமுகப்படுத்தாமல் மறைத்து வைத்திருப்பது பாக்கெட்டிங்.

அறிமுகமான ஆரம்பத்தில் அன்பைப் பொழிவது, இணையரைக் கவரத் தீவிரமாக முயற்சியெடுப்பது போன்றவை 'லவ் பாம்பிங்' (காதல் குண்டு) என்றழைக்கப்படுகிறது.

எப்போதாவது தேவைப்படும், சாப்பிட்டுக்கொள்ளலாம் என டப்பாவுக்குள் இரண்டு பிஸ்கட்டுகளைப் போட்டுவைப்பது போல, ஓர் உறவில் இருக்கும்போதே பேக்கப் ஆப்ஷனாக இன்னும் சிலருடன் பழக்கத்தில் இருப்பதற்கு குக்கி ஜார்ரிங் என்று பெயர்.

இதைத் தாண்டி பிரட் கிரம்பிங், பெஞ்சிங், குஷனிங் என விதவிதமான புதுமொழிகள் ஜென் ஸீ மக்களின் அகராதியில் இருக்கின்றன.

நட்பு, அதற்கும் மேலே ஒருபடி, காதல் எனத் தங்கள் உறவுக்கு ஒரு பெயர் வைத்துச் சுருக்கிக்கொள்வது கிடையாது. கமிட்மெண்ட் இல்லாத, சிக்கல் இல்லாத கேர்ஃப்ரீ உறவுதான் இளைஞர்களின் விருப்பமாக இருக்கிறது.

ஓர் உறவைத் தக்கவைத்துக்கொள்வதைக் காட்டிலும் சுய வளர்ச்சிக்கு, விருப்பங்களுக்கு முக்கியத்துவம் தருகின்றனர். இன்னொருவருக்காகத் தனது பழக்க வழக்கங்களை மாற்றிக்கொண்டு அனுசரித்துப் போவது இவர்களுக்கு ஏற்புடையதாக இல்லை. அதாவது தன்னுடைய பழக்க வழக்கங்களுக்கும், நடைமுறைக்கும் ஒத்துவரவில்லையென்றால் அந்த உறவை முறித்துக்கொள்கின்றனர்.

'ஒரு செடியில் ஒருமுறை பூக்கும் மலர்தான் காதல். உதிர்ந்து விட்டால் திரும்ப ஒட்டவைக்க முடியாது. காதல் ஒன்றும் கேசட் கிடையாது, திரும்பத் திரும்ப ரெக்கார்ட் செய்து அழிப்பதற்கு' என்பது போன்ற சினிமா வசனங்களையெல்லாம் கிரிஞ்சு காமெடியாகப் பார்க்கின்றனர், ஜென் ஸீ இளைஞர்கள்.

இந்த டிஜிட்டல் யுகத்தில் இன்னோர் உறவு அமைவதும் எளிதாக இருக்கிறது. சமூக வலைதளங்களும், டேட்டிங் செயலிகளும் அதற்கான வாய்ப்பைக் கொட்டிக்கொடுக்கின்றன.

இன்னொன்றையும் குறிப்பிட்டுச் சொல்ல வேண்டும். சில வாரங்கள், மாதங்கள் மட்டுமே நீடித்தாலும் அதற்குப் பெயரெதுவும் வைக்கவில்லை என்றாலும் எந்த ஓர் உறவிலும் ஜென் ஸீ பிள்ளைகள் அன்பை வெளிப்படுத்தத் தயங்குவதில்லை. இணையருக்குப் பிடித்த பொருள்களைத் தேடித் தேடி வாங்குவது, பொருளாக இல்லாமல் அனுபவங்களை அன்பளிப்பாகக் கொடுப்பது, அவர்களை வியப்பில் ஆழ்த்துவது என உறவைக் கொண்டாடித் தீர்ப்பதில் இந்த ஸூமர் இளைஞர்களை அடித்துக் கொள்ள முடியாது.

அந்த அன்பளிப்புக் கொண்டாட்டங்களைக் குறித்துப் பேசுவதற்கு முன், ஒரு கேள்வி,

ரயில்வே போர்ட்டல் தெரியும், ஒரே ஒருவருக்காக மட்டுமே உருவாக்கப்பட்ட சேஹஜ் கிரீவன்ஸ் போர்ட்டல் பற்றித் தெரியுமா?

11. நட்சத்திரப் பரிசு

சிஎஸ்கே அணியின் சீருடை நிறத்தில் கிஃப்ட் ராப்பர் சுற்றப்பட்டுப் பளபளத்துக்கொண்டிருந்தது அந்த பார்சல். உள்ளே பிளாஸ்டிக் கவர் போட்டு இறுக்கி மூடப்பட்ட ஊறுகாய் பாட்டில். அனுப்பியவர் முகவரியை மீண்டும் திருப்பிப் பார்த்தாள் தீப்தி.

கார்த்திக்தான் அனுப்பியிருந்தான். கவிதை மாதிரி ஒன்றையும் எழுதி ஒட்டியிருந்தான்.

'curdrice lemon pickle

chilling buzzing tickle

carthik deepti sizzle'

படித்ததும் சிரிப்பாக வந்தது.

கவிதை படித்துவிட்டு சிரிக்கலாமா என்று யோசித்தாள் தீப்தி.

கார்த்திக், இன்ஸ்டாகிராம் மூலம்தான் அறிமுகமானான்.

இருவரின் பயோவுக்கும் எட்டுப் பொருத்தங்கள் இருந்தன. 'ஃபில்டர் காஃபி, பீச் வாக், living my life, a chapter at a time'

ஐடி அப்ரைசல் பற்றிய மீம்களை டிஎம் செய்வதில் ஆரம்பித்து, வீடியோ கால், காஃபி ஷாப், மால் என கேஷுவலாக வளர்ந்தது அவர்கள் உறவு. சந்தித்து ஒரு மாதம் நிறைவடைந்ததைக்

கொண்டாடும் விதமாக, கருவேப்பிலைச் செடியைப் பரிசாகத் தந்தான் கார்த்திக்.

மறுமாதம் தீப்தி, அவர்கள் முதன்முதலில் நேரில் சந்தித்துக் கொண்ட தேதியை கீ செயினில் போட்டுக் கொடுத்தாள்.

மூன்றாவது மாதம், பிரஜக்தா கோலியின் புத்தகத்தையும், வாட்ஸப்பில் அவர்களுடைய காமெடியான உரையாடல்களின் ஸ்கிரீன் ஷாட்டை புக் மார்க்காகவும் செய்துகொடுத்தான் கார்த்திக். பதிலுக்கு அவன் பெயர் போட்ட காப்பர் தண்ணீர் பாட்டிலை கஸ்டமைஸ் செய்து வாங்கிக் கொடுத்தாள் தீப்தி.

நெட்ஃப்ளிக்ஸ் சப்ஸ்கிரிப்ஷன், அமேஸான் கிஃப்ட் கார்ட், ஸ்பாட்டிஃபை பிரீமியம் என வர்ச்சுவல் அன்பளிப்புகளும் பரிமாறப்பட்டன.

இப்போது ஊறுகாய். 'குழம்பு சாதத்தைக் கூட ஊறுகாய் தொட்டு சாப்பிடறவ நீ. அதான் யூட்யூப் பார்த்து டிரை பண்ணினேன். ஆனா கவிதை ஓன் சரக்குதான்' என்றான் கார்த்திக். இரண்டுமே வேற லெவலில் இருப்பதாகச் சொன்னாள் தீப்தி. அதை இன்ஸ்டாவிலும் பகிர்ந்தாள். முன்னெப்போதும் இல்லாதளவில் அதற்கு ஆயிரக்கணக்கான லைக்குகள்.

அடுத்ததாக நாமும் குலோப் ஜாமூன் செய்து டின்னில் அடைத்துக் கொடுக்கலாம். ராப்பரைப் பிரிப்பது, பாட்டிலைத் திறப்பது, வாயில் ஜாமூனை அடைப்பது எல்லாவற்றையும் வீடியோ எடுத்து, 'அன்-டின்னிங் த ஸ்வீட்நஸ்' என பிஓவி போடலாம். ஒரு மில்லியன் லைக் லட்சியம், ஒரு லட்சம் நிச்சயம் என அப்போதே கனவுகண்டாள் தீப்தி.

★★★

காதலர்களுக்குள், ஆண் பெண் நட்புக்குள் பரிமாறப்படும் சம்பிரதாய அன்பளிப்புகளில் டாப் லிஸ்ட்டில் இருந்தவை: சிகப்பு ரோஜா, பூங்கொத்து, சாக்லேட் (குறிப்பாக டெய்ரி மில்க்) டெடி பேர் பொம்மை, கிரீட்டிங் கார்ட்.

ஜென் ஸீ தலைமுறைக்கு எந்த மொழியிலும் பிடிக்காத வார்த்தை சம்பிரதாயம். இணையருக்குப் பிடித்த உணவைத் தானே முயன்று சமைப்பது, அவர்களை வைத்து கிரியேட்டிவ்வாக

மீம் உருவாக்குவது, இருவருக்கும் நெருக்கமான ஆன்லைன் உரையாடலை, சந்தித்த தேதியை, பெயரை கஸ்டமைஸ் செய்து கொடுப்பது என அன்பளிப்பு கதையில் புதுப்புது அத்தியாயங்களை எழுதிவருகின்றனர் ஜென் ஸீ மக்கள்.

விரல்நுனியில் எதையும் வாங்கிவிடக் கூடிய இணைய சாத்தியங்கள், சமூக வலைதளங்களில் பரவலாகப் பகிரப்படும் கொண்டாட்டங்கள் என சுற்றியிருக்கும் யாவையும் ஜென் ஸீ பிள்ளைகளைப் புதிதாக முயன்று பார்க்கத் தூண்டிக்கொண்டே இருக்கின்றன.

இவர்களால் 'பரிசுப் பொருள்' என்கிற சொல்லுக்கான அர்த்தமே முழுதாக மாறியிருக்கிறது. தங்க நகை, வைர நெக்லஸ், பிராண்டட் கடிகாரம் என வாங்கப்படும் பொருள்களின் விலையை வைத்துதான் முன்பு அன்பளிப்புகள் மதிப்பிடப்படும். இப்போது அளிப்பவர்களின் மனப்பாங்கு, கிரியேட்டிவிட்டி, உறவை எப்படி மதிக்கிறார், எவ்வளவு நெருக்கமாக இருக்கிறார் போன்ற விஷயங்களைப் பிரதிபலிப்பதாக அன்பளிப்புப் பொருள்கள் கருதப்படுகின்றன.

எனவே ஒவ்வொரு பரிசுப்பொருளும் புதுமையானதாக பர்சனல் டச்சுடன் இருக்க வேண்டும் என்று மெனக்கெடுகின்றனர் ஜென் ஸீ இளைஞர்கள்.

தில்லியைச் சேர்ந்த, கோடிங் தெரிந்த ஒரு ஜென் ஸீ, கேர்ள் பிரண்டுக்காக ஒரு கிரீவன்ஸ் *(Grievance)* போர்ட்டலையே உருவாக்கி அன்பளிப்பாகத் தந்திருக்கிறார்.

'சுண்டெலி, உனக்கு மட்டுமேயான குறைசொல்லும் போர்ட்டல் இது. உன் விருப்பப்படி உனது சிறுபிள்ளைத் தனமான, சல்லிக்காசு பெறாத சோகங்களை இதில் தெரிவிக்கலாம், நான் அவ்வப்போது பார்த்துச் சிரித்துக்கொள்வேன்.'

முகப்பில் இப்படி காமெடியாக எழுதியிருந்தாலும், யூசர்நேம் பாஸ்வேர்டு போட்டு உள் நுழைந்தால், 'இப்போது உன்னைத் தொந்தரவு செய்யும் விஷயம் ஏது?' 'உன் மூட் எப்படி இருக்கிறது?' 'எவ்வளவு கோபம்?' என்று விதவிதமான கேள்விகள். தளத்தின் பெயர் சேஹஜ் கிரீவன்ஸ் போர்ட்டல். (தோழியின் பெயர் சேஹஜ்)

கோடிங் தெரியாத ஸூமர்கள் அதற்காகக் கவலைப்படுவது இல்லை. சமூக வலைதளங்களில் பார்த்த தங்களைக் கவர்ந்த தனித்துவமான அன்பளிப்புகளை இணைய சந்தையில் தேடித் தேடி வாங்குகின்றனர்.

புதுமையான அன்பளிப்புகளின் பட்டியலில் முதலில் இருப்பது, நட்சத்திரம். ஆம், நமக்குப் பிடித்தவர்களுக்கு, நிஜமாகவே நட்சத்திர அந்தஸ்த்தை வாங்கிக்கொடுக்கலாம். குறிப்பிட்ட விற்பனைத் தளத்தில் (அமேசானில்கூடக் கிடைக்கிறது) பணம் செலுத்தினால் பால்வெளியில் உலாவும் ஒரு நட்சத்திரத்துக்கு, நாம் சொன்ன பெயரை வைத்துவிடுவர். அதற்கான சான்றிதழும், அந்த நட்சத்திரம் இருக்கும் பால்வெளியின் வரைபடமும் சொன்ன முகவரிக்கு வந்து சேரும்.

அடுத்தது, இணையருக்காகவே ஒரு தனிப் பாடல். சினிமாவில் வருவதுபோல நிஜத்திலும் இணையரின் பெயரை வைத்துச் சரணம், பல்லவியுடன் ஒரு முழுப்பாடலை வாங்கிப் பரிசளிக்கின்றனர்.

அதைப் போலவே ரேடியோ நிகழ்ச்சியும். ரேடியோவில் ஒரு பாடலை டெடிகேட் செய்வது பழைய டிரெண்ட். ஒரு மினி நிகழ்ச்சியையே கஸ்டமைஸ் செய்து பரிசளிப்பது, லேட்டஸ்ட் வைப். இணையரைச் சந்தித்தது, பழகியது எனக் குறிப்பிட்ட சில தகவல்களைச் சொன்னால் போதும். காமெடி, செண்டிமென்ட் என நாம் விரும்பும் எமோஷனில் கதையாக வடிவமைத்து நமக்குப் பிடித்த பாடல்களை இடையில் போட்டு, நமக்காகவே ஒரு ரேடியோ ஷோ தயாரித்துவிடுவர். இது நமது மின்னஞ்சல் முகவரிக்கு டெலிவரி செய்யப்படும்.

சென்டினியல் மக்களுக்குப் பிடித்த மற்றொரு டிரெண்ட், கிரீன்-கிஃப்ட்டிங். ஒரு செடியைப் பரிசாகக் கொடுத்து பால்கனியில் அலங்காரமாக வைப்பது ஒருவகை. நாம் விரும்பும் இடத்தில், நாம் தேர்வு செய்த தாவரத்தை நட்டு வைத்து நம்மை 'பிளான்ட் பேரன்ட்'-டாக மாற்றுவது மற்றொருவகை. கடந்த சில ஆண்டுகளில் உலகம் முழுக்க இதுபோல பல்லாயிரக்கணக்கான மரக்கன்றுகள் நடப்பட்டிருக்கின்றன. நமது கன்று இருக்கும் இடம், பெயர் போன்றவை சான்றிதழில் பொறிக்கப்பட்டு அன்பளிப்பு கொடுத்தவர், பெற்றவர் இருவருக்குமே வழங்கப்படும்.

இது தவிர பூங்கா, கடற்கரை, உணவகம் போன்ற பொது இடங்களில் திடீரென நான்கைந்து பேர் சுற்றி நின்று பாடுவது, மீடியா பிரபலங்களைப் பிரத்தியேகமாக வாழ்த்துச் சொல்ல வைப்பது, கான்சர்ட்டுக்கு டிக்கெட் போடுவது என வித்தியாசமான தனித்துவமான பரிசுப்பொருள்களைக் கொடுத்து பிற தலைமுறையினரைப் பொறாமைகொள்ள வைக்கின்றனர் ஜென் ஸீ இளைஞர்கள்.

சரி, புதுமையான பரிசுப் பொருள்கள் ஒருபக்கம் இருக்கட்டும். உடைகள், நகைகள், வாசனைத் திரவியங்கள் போன்றவற்றை ஜென் ஸீ தலைமுறை திரும்பிப் பார்ப்பதே இல்லையா? என்று கேட்கலாம்.

நிச்சயமாக அவையும் அன்பளிப்பு/பரிசுப்பொருள் பட்டியலில் இருக்கின்றன. ஆனால் அவை அதிகமாக மற்றவர்களுக்குக் கொடுக்கப்படுவதில்லை.

பிறகு?

'உங்களைக் கொண்டாடுங்கள், உங்களிடம் கனிவுடன் இருங்கள், உங்களை நீங்களே கொஞ்சுங்கள்...' டிரெண்டைப் பற்றிக் கேள்விப்பட்டிருக்கிறீர்களா?

12. நெய் மைசூர்ப்பாகில் கரைவது...

ஆஜியோ கார்ட்டில் போட்டு வைத்திருந்த குர்தியைப் பார்த்துக் கொண்டிருந்தாள் மனீஷா. சங்குப்பூ நிறத்தில் சில்வர் பார்டர் போட்டு இருபுறமும் பாக்கெட் வைத்து அமர்க்களமாக இருந்தது.

பண்டிகையோ விசேஷ தினமோ எதுவும் வரவில்லை. என்ன காரணத்திற்காக வாங்கலாம் என்று யோசித்துக்கொண்டிருந்தவள் செல்ஃப் கிஃப்டிங் சர்வே ஒன்றைத் தேடி எடுத்தாள்.

நீங்கள் உங்களுக்காக கிஃப்ட் வாங்குபவரா? எப்போதெல்லாம் வாங்குவீர்கள்?

- *வாங்கினதே இல்லை (எனக்குக் குற்ற உணர்ச்சி மிகுதி).*
- *பண்டிகையின்போது வாங்குவேன்.*
- *மாதம் ஒருமுறை.*
- *வார இறுதிகளில் ஒரு தெரபி போல.*
- *தினமும்... ஏனென்றால் YOLO (You only Live Once)*

'நாங்கள்லாம் டெய்லி வாங்கறதில்லப்பா...' பெருமையாகச் சொல்லிக்கொண்டு மூன்றாவது ஆப்ஷனைத் தேர்ந்தெடுத்தாள்.

உங்களுக்காகப் பரிசுப்பொருள் வாங்கும்போது நீங்கள் சொல்லிக்கொள்ளும் காரணம் என்ன?

- இந்த மாதம் கடுமையாக வேலை செய்திருக்கிறேன்.
- சேல் போடும்போதுதான் வாங்குகிறேன். அதனால் அதைச் செலவு என்று சொல்ல முடியாது, ஒருவகையில் சேமிப்புதான்.
- கல்யாணம் / விழாக்களில் போட்டுக்கொள்வதற்காக வாங்குகிறேன். (பிறந்தநாள் கிரகப்பிரவேசம் கல்யாணம் என ஏதாவது விழா வராமலா இருக்கப்போகிறது?)
- ராசிப்படி இப்போது எனக்கு விரய காலம்.

முதல் இரண்டு ஆப்ஷன்களில் எதைத் தேர்ந்தெடுப்பது என்று யோசித்துப் பின்னர் நேர்மையாக இரண்டையுமே டிக் செய்தாள்.

இப்படிப் பரிசுப்பொருள் வாங்கும்போது உங்களுக்குள் தோன்றும் குற்றவுணர்வை ஒன்றிலிருந்து பத்துவரை மதிப்பிடுக.

மனீஷா தாடையில் விரல்வைத்து மோட்டுவளையைப் பார்த்து யோசித்தாள். இரண்டு நாள்களுக்கு முன் காஸ்ட்லி கடையிலிருந்து ஒரு ஃபேன்சி ஸ்வீட் பாக்ஸ் வாங்கி இருந்தாள். மூடியைப் பிரிக்கும்வரை இருந்த குற்றவுணர்வு, நெய் மைசூர்ப்பாகின் முதல் கடியில் கரைந்துபோனது.

மூன்று என்று டைப் செய்து, சுத்தமான நெய் மணத்தில் அழுக்கான குற்றவுணர்வு கரைந்துபோகும் எனவும் எழுதினாள்.

உங்களுக்கு நீங்கள் பரிசு கொடுத்துக்கொள்வதற்கு ஏதாவது காரணம் இருக்கும். அப்படி நீங்கள் சொல்லிக்கொண்ட காரணங்களில் மிகவும் கிரியேட்டிவான காரணம் என்ன?

‘ஒரு டிசைனர் புடைவை வாங்கினேன். விலை பதினேழாயிரம். அம்மாவிடம் அதைச் சொல்லும்போது, ‘என் எதிர்கால சந்தோஷத்துக்கான போர்ட்ஃபோலியோவில் முதலீடு செய்திருக்கிறேன், சரிதானே அம்மா?’ என்றேன். என்னுடைய வார்த்தைகளில் குழம்பிப்போய், வழக்கமாகக் கொடுக்கும் லெக்சரைக் கூட மறந்துபோனார் என் அம்மா.’ புன்னகை செய்தபடியே தட்டச்சு செய்தாள் மனீஷா.

இறுதிக் கேள்வி: உங்களைப் போலவே சுயமாகப் பரிசளித்துக் கொள்பவர்களுக்கு உங்களது மேலான அறிவுரை?

மனீஷாவின் புன்னகை சிரிப்பாக விரிந்தது.

யாரோ ஒருவர், அழகான ஜும்கா செட்டை வாங்கி உங்களுக்குப் பரிசளிக்கும்வரை வாழ்க்கை காத்துக்கொண்டிருக்காது. வாழ்க்கை மிகச் சிறியது என்பதை நினைவில் கொள்ளுங்கள். செல்ஃபீப் கிஃப்டிங், 'எப்ப கல்யாணம்?' என்று கேட்கும் குடும்ப வாட்ஸப் குழுக்களைச் சமாளிக்கும் செல்ஃபீப் கேர் தெரப்பி போன்றது. உங்களுக்குப் பிடித்த குர்தியை வாங்குங்கள், அந்த காஸ்ட்லி சாக்லேட்டை அனுபவித்துச் சாப்பிடுங்கள், யோலோ அண்டு யூ டிசர்வ் மோர்!!

★★★

குடும்ப அமைப்பை மையமாகக் கொண்டது இந்திய மரபு. குடும்பத்தில் எல்லோருக்குமாகச் சேர்த்து மொத்தமாகப் பொருள்களை வாங்குவது, இங்கே பொது வழக்கமாக இருந்தது.

தனியாக ஒரு பொருளை வாங்குவது, தனக்கெனப் பணத்தைச் செலவழிப்பது போனறவை ஆடம்பர விஷயங்களாகப் பார்க்கப்பட்டன. வழக்கமாகச் செய்யும் விஷயங்களைக் கேள்வி கேட்பது, அவற்றை மீறிப் புதிதாக முயன்று பார்ப்பது, ஜென் ஸீ பிள்ளைகளுக்கு எப்போதும் பிடித்த விஷயம்.

நம்முடைய மதிப்பையும், கடும் உழைப்பையும் நாமே கொண்டாடவில்லையென்றால் வேறு யார் கொண்டாடுவார்கள்? நமக்காக ஒரு பொருளை வாங்குவது ஆடம்பரத்தில் சேராது, அடிப்படையான உரிமை என்று கருதுகின்றனர் சென்டினியல் தலைமுறையினர்.

தீபாவளி, ஓணம், பொங்கல் போன்ற பண்டிகைகளின்போது பொருள்களை வாங்குவது, வருடாவருடம் செய்யும் சடங்கு போல மாறிவிட்டது. கொண்டாட்டத்தைக் காட்டிலும் அதில் சம்பிரதாய உணர்வே மேலோங்கி நிற்கிறது.

பண்டிகை வரும்வரை காத்திராமல், வேலை கிடைத்தது, புதிய உறவு உருவானது, ஃபிட்னஸ் இலக்கை எட்டிப்பிடித்தது முதலிய சந்தர்ப்பங்களில் தனக்குப் பிடித்த பொருள்களை வாங்குவது கொண்டாட்ட உணர்வைத் தருவதாகச் சொல்கின்றனர் இந்த டிஜிட்டல் பூர்வகுடிகள்.

இந்த மனமாற்றத்துக்கு சமூக வலைதளங்களின் வருகையையும் அதனால் அறிமுகமான உலகக் கலாசாரத்தையும் முதன்மைக் காரணங்களாகச் சொல்லலாம்.

மற்றொரு முக்கியக் காரணம், பொருளாதாரச் சுதந்திரம்.

தொண்ணூறுகளின் இறுதியிலும், இரண்டாயிரத்தின் தொடக்கத்திலும் பிறந்த ஜென் ஸீ இளைஞர்கள் வேலைக்குச் செல்லத் தொடங்கிவிட்டனர். ஹை எண்ட் மாடல் அலைபேசி, பிராண்டட் ஆடைகள், பிரீமியம் அழகுசாதனப் பொருள்கள் எனத் தாங்கள் விரும்பியவற்றைத் தயக்கமில்லாமல் வாங்கிக் கொள்கின்றனர். அம்மாவிடம் சொல்ல வேண்டும், அப்பாவிடம் கேட்டு ஒப்புதல் பெறவேண்டும், தங்கை திருமணத்துக்கு சேமித்து வைக்க வேண்டும் போன்ற கடந்த நூற்றாண்டுக் கட்டுப்பாடுகளை அவர்கள் பொருட்படுத்துவது இல்லை. நன்றாகச் சம்பாதிப்பதே நமக்குப் பிடித்த விஷயங்களைச் செய்வதற்காகத்தான் எனும் மேற்கத்திய மனநிலைதான், தற்போது பெரும்பாலான இந்திய இளைஞர்களிடமும் காணப்படுகிறது.

இறுதியாக ஈ காமர்ஸ் எனப்படும் மின்னணு வர்த்தகத்தின் பிரம்மாண்ட வளர்ச்சி. நேராகப் போய் வாங்க முடியாத, வாங்கத் தயங்கும் பல பொருள்களை இப்போது விரல் சொடுக்கில் வாங்க முடியும். வார்ட்ரோப் அப்டேட், செல்ஃபீப் லவ் சண்டே என ஆன்லைன் தளங்களில் வரிசைகட்டி வரும் தள்ளுபடி தினங்களும் 'நமக்கு நாமே' டிரெண்டைத் தொடர்ந்து ஊக்குவித்துக் கொண்டிருக்கின்றன.

கடந்த ஆண்டு இந்தியாவின் 'கிஃப்ட் மார்க்கெட்'டின் மதிப்பு சுமார் எழுபத்தைந்து பில்லியன் டாலர். இது 2030-ஆம் ஆண்டுக்குள் தொண்ணூறு பில்லியன் டாலராக வளரும் என்று கணிக்கப்பட்டிருக்கின்றது. இது மொத்தமாக பரிசுத் துறையின் மதிப்பு என்றாலும், அதற்குள் வேகமாக வளர்ந்துவரும் பிரிவாக சுய பரிசளிப்பு இருக்கிறது.

இப்படி விரும்பிய பொருள்களை வாங்கும்போது உடனடியாக ஒரு திருப்தி ஏற்படும். இந்தத் திருப்தியில் சுகம் கண்டவர்கள் திரும்பத் திரும்ப வாங்கும் சுழலில் விழுந்து விடுவார்கள். மகிழ்ச்சி கிடைக்க வேண்டும் என்றால் ஏதாவது பொருளை வாங்கியே

தீர வேண்டும் எனும் நிலை வரலாம். போலவே நீண்ட கால சேமிப்பு பற்றியும் கவலைப்பட மாட்டார்கள். இது அவர்களுடைய மனநலத்தையும் பொருளாதாரத்தையும் பாதிக்கும் என்கின்றனர் நிபுணர்கள்.

வருங்காலப் பிரச்சனைகளைப் பற்றி யோசிக்கவில்லையென்றாலும், அடிக்கடி பொருள்களை வாங்கும்போது குற்ற உணர்ச்சி ஏற்படுவதாக ஜென் ஸீ பிள்ளைகளும் ஒப்புக்கொள்கின்றனர். அதைப் போக்கிக்கொள்வதற்காகவே 'செல்ஃபீப் லவ்', 'செல்ஃபீப் கிஃப்ட்டிங்' போன்ற பெயர்களைப் போட்டுக்கொள்வதாகச் சொல்கின்றனர் உளவியல் வல்லுநர்கள்.

'இது செலவு இல்லை, எதிர்காலத்துக்கான முதலீடு, தள்ளுபடி விலையில் வாங்கியிருக்கிறேன், அதானால் இது சேமிப்புக் கணக்கில்தான் சேரும், இந்த மாதம் மிகவும் கடினமாகப் போனது, அந்த ஸ்ட்ரெஸ்ஸைப் போக்கும் தெரபி இந்த ஷாப்பிங், புராஜக்ட்டை வெற்றிகரமாக முடித்திருக்கிறேன், அதன் நினைவாக வாங்கும் இந்தப் பொருள் அடுத்த புராஜெக்ட்டுக்கு மோட்டிவேஷனாக இருக்கும்.' என ஏதேனும் ஒரு காரணம் வைத்து ஒவ்வொரு சுய - செலவையும் நியாயப்படுத்திக்கொள்கின்றனர்.

இதில், விலையுயர்ந்த பொருளைத் தனக்கென வாங்கிக்கொள்வது சுய மதிப்பை உயரச் செய்கிறது, ஸ்ட்ரெஸ்ஸைக் குறைக்கிறது, மனத்தை உற்சாகப்படுத்துகிறது ஆகிய நேர்மறை விளைவுகளும் இருப்பதாக ஆய்வுமுடிவுகள் தெரிவிக்கின்றன.

சரி. ஜென் ஸீ பிள்ளைகள் மறுவரையறை செய்த பரிசுப்பொருள் கலாசாரத்தைப் பற்றி விரிவாகப் பார்த்து விட்டோம். போலவே அவர்களால் சுருக்கியும் குறுக்கியும் மெருகேற்றப்பட்டுக் கொண்டிருக்கும் டிஜிட்டல் மொழியைப் பற்றி அடுத்ததாகப் பார்க்கலாம்.

டீசர் கேள்வி, tbh, istg, imo, brb, frfr?

13. ஷாம்பெயின் பாட்டிலும் நடனமாடும் மங்கையும்

வழக்கு ஒன்று - கனடா

தானியங்களை மொத்தமாக விற்பனை செய்பவர் க்றிஸ் ஆக்டர். மார்ச் மாதம் தன்னுடைய வாடிக்கையாளர்கள் எல்லோருக்கும் ஆளி விதைகள் விற்பனை குறித்த குறுஞ்செய்தியை அனுப்பினார். விதைகளை வாங்க விரும்பி அவரைத் தொடர்பு கொண்டார் கெண்ட்.

விதைகள் நவம்பர் மாதம்தான் டெலிவரி செய்யப்படும். எனவே இத்தனை மெட்ரிக் டன் விதைகளை இந்த விலைக்கு வாங்கிக் கொள்கிறேன் என ஓர் ஒப்பந்தத்தைத் தயாரித்து வாட்ஸப்பில் அனுப்பினார் கெண்ட். ஒப்பந்த விதிகளுக்குச் சம்மதமா என்றும் கேட்டார். அதற்குத் தம்ஸ் அப் எமோஜியைப் பதிலாக அனுப்பினார் க்றிஸ்.

ஆனால் நவம்பர் மாதத்தில் விதைகளின் விலை ஏறிவிட்டது. 'ஒப்பந்தத்தின்படி க்றிஸ் விதைகளை அனுப்பாமல் ஏமாற்றிவிட்டார்' என அவர் மீது வழக்குத் தொடுத்தார் கெண்ட். நான் எந்த ஒப்பந்தப் பத்திரத்திலும் கையெழுத்துப் போடவில்லை, வாட்ஸப்பில் வந்த டிஜிட்டல் பத்திரத்தைப் பார்த்துவிட்டேன் என்பதைக் குறிக்கும் வகையில் வாட்ஸப்பில் தம்ஸ் அப் மட்டும்தான் போட்டேன் என வாதாடினார் க்றிஸ்.

'தம்ஸ் அப் எமோஜி பார்த்ததை அல்ல, ஒரு விஷயத்தை ஒப்புக்கொண்டதைத்தான் குறிக்கும்' என கென்ட் முறையிட்டதை நீதிமன்றம் ஏற்றுக்கொண்டது. க்றிஸ், சுமார் அறுபதாயிரம் டாலர் நஷ்ட ஈடாக வழங்கவேண்டும் என அறிவித்தது.

வழக்கு எண்-*02*, இஸ்ரேல்

'வீடு வாடகைக்கு விடப்படும்' என ஓர் ஆன்லைன் தளத்தில் விளம்பரம் செய்திருந்தார் யானிவ் தஹான்.

'குட் மார்னிங். இன்ட்ரஸ்ட்டட் இன் த ஹவுஸ். அதைப் பற்றிய விவரங்களைப் பேசலாமா? உங்களுக்கு எப்போது வசதியாக இருக்கும்?' என ஒரு தம்பதியிடமிருந்து தஹானுக்கு குறுஞ்செய்தி வந்தது. இந்தச் செய்தியின் இடையிடையே சிரிக்கும் முகம், ஷாம்பெயின் பாட்டில், நடனமாடும் மங்கை என ஏராளமான எமோஜிகளும் இருந்ததால், அவர்களுக்கு தமது வீடு மிகவும் பிடித்துவிட்டதாக எண்ணினார் தஹான்.

உடனே அவர்களுக்கு விவரங்களை அனுப்பினார். அந்தத் தம்பதியும் பதிலனுப்பினார்கள், அந்தப் பதில்களிலும் ஏராளமான எமோஜிக்கள். ஆன்லைன் தளங்களிலிருந்து விளம்பரத்தை நீக்கினார் தஹான்.

ஆனால் சில செய்திப் பரிமாற்றங்களுக்குப் பிறகு அந்தத் தம்பதி அமைதியாகிவிட்டனர். அவர்களிடமிருந்து எந்தப் பதிலும் வரவில்லை. உடனடியாக ஸ்மால் கிளைய்ம்ஸ் நீதிமன்றத்தில் வழக்குத் தொடுத்தார் தஹான்.

'தம்பதி அனுப்பியிருக்கும் செய்திகளில் ஒப்பந்தம் செய்வதற்கான எந்த உறுதிமொழி வார்த்தைகளும் இடம்பெறவில்லை. இருப்பினும் அதிலிருக்கும் எமோஜிகள் எல்லாமே நேர்மறையானவை. தமது வீட்டில் மிகப் பெரிய ஆர்வம் இருப்பதாக வாதிக்குத் தோன்றச் செய்பவை,' என்று தஹானுக்குச் சாதகமாகத் தீர்ப்பு வந்தது. அந்தத் தம்பதியருக்கு இரண்டாயிரத்து இருநூறு டாலர் அபராதம் விதிக்கப்பட்டது.

★★★

மேலே குறிப்பிட்ட இரண்டு வழக்குகளிலும் தகவல் பரிமாற்றம் அவரவர் தாய்மொழியிலேயே நடந்திருக்கிறது. ஆனால்

பேசிக்கொண்ட தளம், தேர்ந்தெடுத்த வார்த்தைகள், எமோஜிகள் போன்றவற்றால் ஒவ்வொருவருக்கும் ஒவ்வொரு விதமான புரிதலைக் கொடுத்திருக்கிறது.

தொடர்ச்சியாக மாற்றங்களைச் சந்தித்துவரும் ஒரு சாதனம் மொழி. கலாசார மாறுதல்களுக்கு ஏற்ப, மொழியிலும் மாற்றங்கள் ஏற்படும். சமீப காலங்களில் தகவல் தொழில்நுட்பத்தில் நிகழ்ந்த அசுர வளர்ச்சியின் காரணமாக மொழிகளில் குறிப்பாக எழுத்து மொழியில் கடலளவு மாற்றங்கள் ஏற்பட்டிருக்கின்றன.

பட்டன் தொலைபேசிகளில் குறுஞ்செய்திகளை அனுப்பும்போது சுருக்கமாக எழுதத் தொடங்கினோம். எழுதுவதை எளிதாக்க எமோஜிக்கள் வந்தன.

ஸ்டிக்கர், அவதார், ஜிஃப் என டிஜிட்டல் மொழியில் தொடர்ந்து வார்த்தைகள் குறைவாகவும், படங்கள் அதிகமாகவும் பயன்படுத்தப்படுகின்றன.

தொடுதிரை அலைபேசியும், வேகமான இணையமும் வந்த காலத்தில் பிறந்தவர்கள் ஜென் ஸீ பிள்ளைகள். நேரில் பேசுவதைவிட திரைகளின் வழியே அதிக நேரம் பேசிப்பழகியவர்கள்.

வார்த்தைகளின் முதல் எழுத்துகளை இணைத்து சுருக்கமாக எழுதுவது, தமிழை ஆங்கில எழுத்துகளைக் கொண்டு எழுதுவது, எமோஜி, ஜிஃப்களைப் பயன்படுத்துவது என அவர்கள் தங்களுக்கென ஓர் உரையாடல் நடையை உருவாக்கிக் கொண்டிருக்கின்றனர். அதைப் புரிந்துகொள்வது, அவர்களைப் புரிந்துகொள்வதன் முதல்படி.

fr- ஃபார் ரியல், *imo-* இன் மை ஒப்பீனியன், *brb-* பி ரைட் பேக், *rn-*ரைட் நவ், *istg-*ஐ ஸ்வியர் டு காட் போன்றவை ஜென் ஸீ பிள்ளைகளால் அடிக்கடி பயன்படுத்தப்படும் சுருக்கச் சொற்களில் சில *(Acronyms)*. இவற்றைப் படிக்கும்போது ஏதோ நெருடலாக இருக்கிறதல்லவா?

பொதுவாக சுருக்கச் சொற்கள் கேப்பிட்டல் லெட்டரில்தான் எழுதப்படும் *(IAS, IIT, ATM* போல). ஆனால் ஸூமர் பிள்ளைகள் பெரிய எழுத்துகளைப் பெரும்பாலும் பயன்படுத்துவதில்லை, இலக்கண விதிகளைப் பற்றியும் அலட்டிக்கொள்வதில்லை.

செய்தி முழுவதையும் கேபிட்டல் லெட்டரில் எழுதுவது, உரக்கப் பேசுவதற்கு ஒப்பாகும். சிறிய எழுத்துகள் நட்பாகப் பேசும் தொனியைக் கொண்டவை. எனவே பெரும்பாலான ஜென் ஸீ பிள்ளைகள் சிறிய எழுத்துகளையே பயன்படுத்துகின்றனர். சொற்றொடர்கள், பெயர்கள், இடங்கள், சுருக்கச்சொற்கள் எல்லாம் பெரிய எழுத்தில் தொடங்கவேண்டும் என்கிற விதியையும் அவர்கள் பின்பற்றுவதில்லை.

'சிறிய எழுத்துகளில் எழுதுவதுதான் இயற்கையாகத் தோன்றுகிறது. ரிலாக்ஸ்டாக கேஷுவலாகப் பேசும் என்னுடைய இயல்பைப் பிரதிபலிக்கிறது.'

'ஆட்டோ கரெக்ட் ஆப்ஷனில் தானாகவே பெரிய எழுத்துகள் வந்துவிடும். ஸ்பெல்லிங் சரியாகிவிடும். விடுபட்டுப் போனவற்றை நானாகப் போய் மெனக்கெட்டு மாற்றுவதில்லை.'

'ஃபிட் இஸ் ஃபிட்டிங், ஹேர் இஸ் ஹேரிங் என்றுதான் இன்ஸ்ட்டாவில் எல்லோரும் எழுதுகின்றனர். சரியாக முற்றுப்புள்ளி கமா எல்லோம் வைத்து இலக்கணப்படி முறையாக எழுதுவது போலியாக, பாவனை செய்வது போலத் தோன்றுகிறது. சிறிய எழுத்துகளில் எழுதுவது உரையாடலின் தொடர்ச்சியாக இயற்கையாக இருக்கிறது.'

ஏன் இலக்கண விதிகளைப் பின்பற்றுவதில்லை என்று கேட்டதற்கு, சில கல்லூரி ஜென் ஸீ இளைஞர்கள் சொன்ன பதில்கள் இவை.

'சமூக வலைதளங்கள் வரும்வரையிலும் இலக்கண விதிகள் முறையாகப் பின்பற்றப்பட்டு வந்தன. டிஜிட்டல் உரையாடல்கள், இலக்கண விதிகளிலிருந்து விலகி உணர்ச்சிகளை வெளிப்படுத்துவதை நோக்கி மொழியை நகர்த்திச் சென்றிருக்கின்றன. முற்றுப்புள்ளி, கமா போன்ற நிறுத்தற்குறிகளைச் சரியாகப் பயன்படுத்தி இலக்கணப்படி எழுதவேண்டும் என்பது ராணுவ ஒழுங்காக பழைய வழக்கமாகத் தோன்றுகிறது. அதைக் காட்டிலும் இயல்பாக உணர்ச்சிகளை வெளிப்படுத்த வேண்டும் என ஜென் ஸீ தலைமுறையினர் விரும்புகின்றனர். இது கலாசார மாற்றத்தின் குறியீடு' என்கிறார்கள் மொழியியல் வல்லுநர்கள்.

குறுஞ்செய்தியில் தொடங்கிய இந்தக் கலாசார மாற்றம் இன்று பெரு நிறுவனங்களின் பிராண்ட் எழுத்துகளை மாற்றும் அளவுக்குப் பரவியிருக்கிறது.

பெரு நிறுவனங்களின் முதன்மை வாடிக்கையாளர்கள் ஜென் ஸீ தலைமுறைதான். இவர்களைக் கவர்வதற்காகவே தங்கள் பிராண்டுகளை சிறிய எழுத்தில் எழுதுகின்றன. ஃபிஷர் ப்ரைஸில் ஆரம்பித்து டிசிஎஸ்-ஸின் லோகோ வரை அன்றாடம் நம் கண்ணில் படும் பல பிராண்டுகளை இதற்கு உதாரணமாகச் சொல்லலாம். *facebook, dyson* போன்றவை ஆரம்பத்திலிருந்தே சிறிய எழுத்துகளைக் கொண்டே தங்களது லோகோவை வடிவமைத்திருக்கின்றன. ஸ்பாட்டிஃபையும் 'டீன் பீட்' 'சில் வைப்ஸ்' போன்ற யூத் பாடல் பட்டியல்களில் பெரிய எழுத்துகளைக் கொண்டுவருவதில்லை.

அடுத்ததாக எமோஜி. ஜென் ஸீ தலைமுறை தொடங்கிய காலத்தில்தான் எமோஜிகளும் கண்டுபிடிக்கப்பட்டன (1999-ஆம் ஆண்டு, ஜப்பான்). சோகம், சந்தோஷம், வியப்பு போன்ற உணர்ச்சிகளைக் குறிக்கும் எமோஜிகளை, வார்த்தைகளுக்கு மாற்றாக நேரடியாகப் பயன்படுத்தும் வழக்கம் முந்தைய தலைமுறைவரை இருந்தது.

இப்போது ஜென் ஸீ மக்கள் முரண் அல்லது கிண்டல் தொனியில்தான் அவற்றைப் பயன்படுத்துகின்றனர்.

சிரிப்பு/அதிர்ச்சிக்கு மண்டையோடு, புறணி பேசுவதற்கு டீ கப், அம்யூஸ்மென்ட்/கியூட்நெஸுக்கு வாயைத் திறந்து கண்ணீர் விடும் முகம், கூல் என்பதைக் குறிக்க நெருப்பு என இவர்கள் எமோஜிகளுக்கும் புது மொழி நடையை உருவாக்கியிருக்கின்றனர்.

போலவே இதய வடிவ எமோஜிக்களில் ஒவ்வொரு நிறத்துக்கும் ஒவ்வொரு பொருள் உண்டு. மஞ்சள்- நட்பு, சிவப்பு-காதல், பச்சை-ஒத்திசைவு, நீலம்- அமைதி, நம்பிக்கை.

எமோஜிகள், ஸ்டிக்கர்கள், சுருக்கச் சொற்கள், தங்லீஷ் என டைப் செய்து கஷ்டப்படுவதைக் காட்டிலும் வாய்ஸ் நோட்/வீடியோ நோட் அனுப்பும் கலாசாரமும் இப்போது பரவலாக அதிகரித்து வருகிறது.

இலக்கணங்களுக்குள் அடங்காத இந்த டிஜிட்டல் மொழி, முந்தைய தலைமுறை மக்களுக்கு ஒவ்வாமையை அளித்திருக்கிறது. 'எவ்வளவோ செலவழித்து உயர்தர ஆங்கிலப் பள்ளியில் சேர்த்துவிட்டோம். கற்றுக்கொண்டதையெல்லாம் காற்றில் பறக்கவிட்டுத் தப்பு தப்பாக எழுதுகின்றனர், தன்

சோம்பேறித்தனத்தை நவீனம் என்று நியாயப்படுத்துகின்றனர்.' என்பது பெற்றோர்களின் முதன்மைக் குற்றச்சாட்டாக இருக்கிறது.

I Love you Mother... என்பதை ஒரு ஹார்ட்டீன், *u ma* எனச் சுருக்கமாக எழுதினாலும் அதன் அர்த்தம் ஒன்றுதான், அம்மா மீது அன்பிருக்கிறது என்பது புரிந்துவிடும். வேகமான உரையாடலுக்காக, தட்டச்சு செய்யும் வேலையைக் குறைப்பதற்காக ஸ்மார்ட்டாக எழுதுகிறோம் என்கின்றனர் ஜென் ஸீ மக்கள்.

சரி, சமூக வலைதளங்களிலும் தனிப்பட்ட உரையாடல்களிலும் எப்படி வேண்டுமானாலும் எழுதிக்கொள்ளலாம், பேசிக் கொள்ளலாம். ஆனால் வேலை செய்யும் இடத்தில்? விதிகளின்படி விறைப்பாக இல்லாமல், தன்னியல்பில் சுதந்திரமாக இருக்க வேண்டும் என்று விரும்பும் ஜென் ஸீ இளைஞர்கள் பணி இடத்தில் எப்படி உரையாடுகின்றனர்?

அதைப்பற்றிப் பார்ப்பதற்கு முன் ஒரு கேள்வி,

ஜென் ஸீ ஸ்டேர் பற்றிக் கேள்விப்பட்டிருக்கிறீர்களா?

14. முறைத்துப் பார்

அலுவலகத்தில் ஒரு மீட்டிங் வைத்தார்கள். மகளிர் தின விழாவை எப்படிப் புதுமையாகக் கொண்டாடலாம் என்பதுதான் அஜெண்டா.

சீனியர் மேனேஜர் முதல், கடந்த வருடம் சேர்ந்த ஜூனியர்வரை எல்லாப் பெண்களும் ஒன்றுகூடினோம்.

'சின்ன விஷயமாக இருக்கும். ஆனால் திடீரென்றுதான் அவற்றைத் தெரிந்துகொண்டிருப்போம். அதுபோன்ற வாழ்க்கைப் பாடங்களைச் சொல்லலாம். பிறருக்கு உதவியாக இருக்கும்.'

'நமக்கு உத்வேகம் தந்தப் பெண்களைப் பற்றிப் பேசிப் பதிவு செய்து, தொகுத்துப் போடலாம்.'

'பெண்கள் என்று இல்லை, ஆண்களைப் பற்றிக் கூடப் பேசலாம்.'

இப்படியான யோசனைகள் வந்துகொண்டிருந்தன. சிலர் மட்டுமே பேசிக்கொண்டிருக்க, சீனியர் மேனேஜர் அமைதியாக அமர்ந்திருந்தவர்களைப் பார்த்துப் புருவங்களை உயர்த்தினார்.

மேலும் நான்கைந்து பேர் பேசினர். ஏற்கனவே வந்த யோசனைகள் நன்றாக இருப்பதாகச் சிலர் சொல்லினர். இடையே பட்டர் முறுக்கு, டீ, காபி எல்லாம் வந்தது.

மீட்டிங் முழுவதும் ஒன்றுமே பேசாமல் வெறும் ஓகேவை மட்டும் வைத்து ஓட்டியவர்கள் இரண்டு பேர். இருவருமே ஜென் ஸீ இளைஞர்கள்.

'நீங்க எதுவும் ஐடியாவே குடுக்கல?'

'வாழ்க்கைப் பாடத்தையெல்லாம் பேசினா பயங்கர க்ரிஞ்சா இருக்கும் மேடம். என்டெர்டெயினிங்கா இருக்கணும்னா ஏதாவது கேம்ஸ் விளையாடணும். இன்ஸ்ட்டால ஏகப்பட்ட வர்க் பிளேஸ் கேம்ஸ் இருக்கு. அதெல்லாம் சொன்னா சீனியர்ஸுக்கு புரியாதுன்னு தெரியும். ஸோ...' கட்டை விரலையும் ஆள்காட்டி விரலையும் இணைத்துப்பிடித்து உதடுகளுக்கு இடையில் கோடிழுத்துக் காண்பித்து வாய்க்கு ஜிப் போட்டிருப்பதை உணர்த்தினாள்.

'சரிதான். நான்கூட முதல்ல எதுவும் பேசல... பட் மேனேஜர் அதை நோட் பண்ணிட்டே இருந்தாங்களே...'

'நாமளும் அவங்களை நோட் பண்ணணும். எப்ப நம்மளைப் பார்க்கறாங்கன்னு கவனிக்கணும்.'

'கவனிச்சு?'

'முறுக்கு குடுத்தாங்கள்ல... வந்து வச்ச உடனேயே கடகடன்னு எடுத்து காலி பண்ணிடக் கூடாது.

மேனேஜர் பார்க்கறப்போ கரெக்ட்டா முறுக்கை வாய்கிட்ட கொண்டு போகணும், லைட்டா கடிச்சுகிட்டே யோசிக்கற மாதிரி எக்ஸ்பிரஷன் எதுவுமில்லாம வெறிச்சுப் பார்க்கணும். எப்பயாவது, ஓகே... டன்... அப்டீன்னு சொல்லணும். அவ்ளோதான் ஒரு மணி நேரம் ஓடிப்போயிடும்!'

'ஒரு முறுக்கை வைத்து ஒரு மணி நேர மீட்டிங்கை எப்படி ஓட்டுவது?' என்கிற முக்கியமான வாழ்க்கைப் பாடத்தைக் கற்றுக்கொண்ட நாள் அது.

★★★

தொண்ணூறுகளின் இறுதியிலும், இரண்டாயிரத்தின் தொடக்கத்திலும் பிறந்த, மூத்த ஜென் ஸீ இளைஞர்கள் பணியிடங்களை நிரப்பத் தொடங்கிவிட்டனர். உலகம் முழுக்க

இருக்கும் பணியாளர்களில் சுமார் முப்பது சதவீதத்தினர் ஜென் ஸீ பிள்ளைகள்தான்.

ஆசிரியர்களைவிட கூகுளிடம் அதிகச் சந்தேகங்களைக் கேட்டு, வகுப்பறையைக் காட்டிலும் யூட்யூப் வீடியோக்களின் மூலம் நிறையக் கற்றுக்கொண்டு, வாட்ஸப்பின் வழி இன்ஸ்டன்ட்டாக உரையாடிப் பழகிய தலைமுறை இவர்கள்.

அதனால் பணியிடங்களிலும் தொழில்நுட்பத்தின் உதவியோடு வேலைகளை விரைவாகக் கற்றுக்கொள்கின்றனர். நீண்ட நேரம் அமர்ந்து கடினமாக உழைப்பதைக் காட்டிலும், புத்திசாலித்தனமாக சீக்கிரமாக வேலையை முடிப்பதை விரும்புகின்றனர்.

ரெஸ்பெக்டட் சார்/மேடம் என்று ஆரம்பித்து யுவர்ஸ் சின்சியர்லி என்று முடியும் நீளமான மின்னஞ்சல்களின் மூலம் அவர்கள் உரையாடுவது கிடையாது. டீம்ஸ் சாட், வாட்ஸப் க்ரூப் என உடனடியாகப் பதில் கிடைக்கும் இடங்களில் விரைவாகப் பேசுகின்றனர். தேவைப்படுபோது அவர்கள் அனுப்பும் மின்னஞ்சல்களும் நேரடியாக, சுருக்கமாகவே இருக்கும். இப்படி மரியாதை வார்த்தைகள் இல்லாத விரைவுச் செய்திகள்தான் ஜென் ஸீ பணியாளர்கள் எதிர்கொண்ட முதல் விமர்சனம்.

சமீப காலங்களில் மற்றொரு குற்றச்சாட்டும் பரவலாக எழுந்திருக்கிறது. அது ஜென் ஸீ பிள்ளைகளின் வெற்றுப் பார்வை. *Gen Z Stare* என்கிற ஹேஷ்டேக் போட்டு டிக்டொக்கில் வந்த வீடியோக்கள்தான் இதன் தொடக்கப்புள்ளி.

'இந்த விஷயத்தில் உங்கள் கருத்து என்ன? என்பது போன்ற சீரியஸ் கேள்விகளில் தொடங்கி, ஹலோ குட்மார்னிங் போன்ற சாதாரண உரையாடல்கள்வரை இளைஞர்களிடம் எது கேட்டாலும் பதில் சொல்லாமல் உணர்ச்சியே காட்டாமல் வெறித்துப் பார்க்கின்றனர். அதை எப்படி எடுத்துக்கொள்வது, என்ன எதிர்வினை ஆற்றுவது என்றே புரியவில்லை. சின்னக் குறைகளுக்குக்கூட எரிந்து விழும் கிளயண்டுகள் முதல் கடுகடுப்பான உயரதிகாரிகள்வரை எத்தனையோ பேரைச் சமாளித்திருக்கிறேன். ஆனால் இவர்களின் வெற்றுப் பார்வை, பாறாங்கல் முன் நிற்பதுபோல எரிச்சலைத் தருகிறது. நான் சரியாகத்தான் பேசுகிறேனா என்று சந்தேகம் எழுகிறது' என்பது போன்ற அனுபவங்களை, சமூக வலைதளங்களில் பலரும் பகிர்ந்துகொண்டனர்.

ஜென் ஸீ பிள்ளைகள் டிஜிட்டல் பூர்வகுடிகள். தொண்ணூறுகளின் இறுதியில் பிறந்த இளைஞர்களுக்குகூட இணையம் இல்லாத நாள்கள் நினைவில் இருக்காது என்பதை ஏற்கனவே பார்த்தோம்.

ஜென் ஸீ தலைமுறையுடைய உரையாடல்கள், செய்திப் பரிமாற்றங்கள் பெரும்பாலும் டிஜிட்டல் திரைகளிலேயே நிகழ்கின்றன. புன்னகை, சந்தேகம், கோபம் போன்ற உணர்ச்சிகளை உடல்மொழியில் காட்டுவதை விட எமோஜிகளைத் தேர்ந்தெடுப்பது மூலமாகவே காட்டிப் பழகியவர்கள்.

எரியும் நெருப்பில் எண்ணெயைக் கொட்டியதுபோல வந்தது கொரோனா. சமூகப் பண்புகள் வளர வேண்டிய நேரத்தில், பள்ளி கல்லூரி மாணவர்களையெல்லாம் வீட்டுக்குள்ளேயே முடக்கிப் போட்டது. இதனால் பொது இடங்களில் அறிமுகம் இல்லாதவர்களோடு, அதிகாரத்தில் இருப்பவர்களோடு பழகும் அனுபவம் அவர்களுக்கு மிகக் குறைவாகவே வாய்த்தது.

‘ஒரு மான், சாலையைக் கடக்கும்போது எதிரில் வரும் வண்டியின் ஹெட்லைட் வெளிச்சத்தைக் கண்டால் உடனே ஓடாது, செய்வதறியாமல் திகைத்து நிற்கும், அதை உறைநிலை எதிர்வினை *(freeze response)* என்போம். ஜென் ஸீ பிள்ளைகளின் வெறித்த பார்வையையும் இந்த வகையில் சேர்க்கலாம். திரைகளையே பார்த்து, அங்கேயே பேசிக்கொள்வதால் எதிரில் இருப்பவரை எதிர்கொள்ளத் தெரியாமல் உறைந்து போய்விடுகின்றனர்.’ என்று உளவியல் நிபுணர்கள் கூறுகின்றனர்.

அதை ஒப்புக்கொண்டாலும் சில சமயங்களில் வாலன்டியராக வெறித்துப் பார்ப்பதாகவும் கூறுகின்றனர் ஜென் ஸீ இளைஞர்கள்.

‘உங்கள் கருத்துடன் எனக்கு உடன்பாடில்லை. என்னுடைய பதிலை நீங்கள் பொருட்படுத்த மாட்டீர்கள் என்று தெரியும்.

பதிலைத் தெரிந்துகொண்டே கேள்வி கேட்கிறீர்கள்.

நீங்கள் பேசும் எந்தச் செய்தியும் எனக்குச் சம்பந்தப்பட்டது கிடையாது.

உங்கள் பேச்சு என்னைக் கோபப்படுத்துகிறது. அதை வெளிக்காட்டாமல் அமைதியாக இருக்கிறேன்,’ எனத் தங்களுடைய வெற்றுப் பார்வைக்குத் தங்களைவிட எதிரிலிருப்பவர்களின்

விவேகமற்ற பேச்சே காரணம் என்று கைகாட்டுகின்றனர்.

'இவர்கள் இப்படித்தான்' என ஒரு தலைமுறை மீது மொத்தமாக முத்திரை குத்துவது, புதிய சங்கதி கிடையாது. மில்லினியல் மக்கள் (30-45 வயது) கேமராவில் பேசத் தொடங்கும்முன் சில விநாடிகள் இடைவெளி விடுவர், பேபி பூமர்ஸ் (60-80 வயது) குறுஞ்செய்திகள் அனுப்பும்போது கடிதங்களில் போடுவது போலவே, வாழ்க வளமுடன், என்றும் அன்புடன் என்றெழுதி தமது பெயரைப் போட்டுக் கொள்வர், என்பது போன்ற விமர்சன அலைகள் அவ்வப்போது எழும். சில நாள்களில் அமுங்கிப் போகும்.

ஜென் ஸீ பிள்ளைகளின் வெற்றுப் பார்வை குறித்த விவாதங்களும் சில ஆண்டுகளில் மறைந்து போகலாம். எதிர்த்துப் பேசுவது, உரக்கக் கத்துவது, கறாராக மறுப்பது போன்றவற்றுக்கு மாற்றாக மென்மையான எதிர்வினைகளின் ஒன்றாக *Gen Z Stare* புரிந்துகொள்ளப்படலாம். இதைவிட மென்மையாக இன்னுமோர் உடல்மொழி எவால்வ் ஆகி வரலாம்.

சரி, வருங்காலத்தில் அன்றாட விஷயங்களில் ஒன்றாகக் கலந்துவிடக்கூடிய வெற்றுப்பார்வையைப் பற்றி விரிவாகப் பார்த்துவிட்டோம். இதைத் தவிர்த்து பணியிடங்களில் ஜென் ஸீ இளைஞர்களின் உரையாடல்கள் எப்படி இருக்கின்றன? சம்பளத்தைத் தாண்டி அவர்கள் எதிர்பார்க்கும் விஷயங்கள் என்னென்ன?

அதைப் பார்ப்பதற்கு முன், டீசராக ஒன்று. முதலீட்டாளர் சித்தார்த் ஷா, தனது எக்ஸ் தளத்தில் பகிர்ந்த ஜென்ஸீ லீவ் லெட்டர்:

ஹாய் சித்தார்த்,

இன்று நான் லீவு. பை.

15. கொடுத்த காசுக்குக் கூவுதல்

'பன்னெண்டு எல் தரான், அசால்ட்டா வேலையை விடறேங்குது. எனக்கெல்லாம் அந்தச் சம்பளம் வரதுக்கு இருபது வருஷம் ஆச்சு. பிடிச்சா ஒரே பிடிவாதமா நிக்கறா...' ஜனனியைப் பற்றிக் கவலையுடன் சொல்லிக்கொண்டிருந்தார் உஷா மேடம்.

ஜனனி, அவருடைய அக்கா பெண். படிப்பில் சூட்டிகை. பன்னிரண்டாவது படிக்கும்போதே தனித் தேர்வுகள் எழுதி, நேர்முகத் தேர்வில் பங்கெடுத்து ஒரு பெருநிறுவனத்தின் ஸ்காலர்ஷிப்பை வென்றாள். இன்ஜினீரிங் படிப்புக்கான கட்டணம் முழுவதையும் அந்த நிறுவனமே ஏற்றுக்கொண்டது, ஹாஸ்டல் செலவு உட்பட.

கல்லூரிப்படிப்பு முடிந்ததும் குறைந்தபட்சம் ஐந்து வருடங்கள் அந்த நிறுவனத்தில் பணிபுரிய வேண்டுமென்று ஒப்பந்தம். வருடத்துக்குப் பன்னிரண்டு லட்சம் சம்பளம். காலை, மதிய உணவை கம்பெனி கேன்டீனிலேயே இலவசமாக முடித்துக் கொள்ளலாம். அழைத்துச் செல்வதற்கும் கொண்டு விடுவதற்கும் கம்பெனி பேருந்துகள் வரும். பெண்களுக்கு மிகவும் பாதுகாப்பான இடம்.

'அவ வாழ்க்கையே செட்டிலாகிடுச்சு' என அவள் பெற்றோரும், உற்றாரும் பெருமைப்பட்டுக்கொண்டிருந்தனர். ஆனால் அந்த ஜென் ஸீ ஜனனிக்கு வேலை பிடிக்கவில்லை.

'லீவுன்னு சொன்னாலே சாவு விழுந்த மாதிரி மூஞ்சியை வைச்சுக்கறாங்க. எனக்கு டிராவல் பண்ணணும், பிரண்ட்ஸோட கெட்டுகெதர் போணும், வொர்க் ஷாப் அட்டெண்ட் பண்ணணும். இதெல்லாம் அவங்களுக்கு சில்லி ரீசனா தெரியுது. பாட்டி செத்தா மட்டும்தான் லீவு போடணும்னு எதிர்பார்க்கறாங்க.'

'பெரிய கம்பெனின்னா அப்படித்தாம்மா இருக்கும். அதுவும் நீ வேலைக்குச் சேர்ந்து ரெண்டு வருஷம்கூட ஆகல. அடிக்கடி லீவு போட்டா என்ன நினைப்பாங்க? உனக்கு காலேஜ் ஃபீஸ் மொத்தமும் கட்டிருக்காங்க. நல்ல சாப்பாடு கிடக்குது. ஸேஃப்டியாவும் இருக்கு. கொஞ்ச நாள் கஷ்டப்பட்டு வேலை பார்த்துட்டன்னா பின்னாடி நிம்மதியா இருக்கலாம்,' என்று பெற்றோர் சமாதானமாகச் சொல்லியிருக்கின்றனர்.

'இந்த வயசுல டிராவல் பண்ணாம ஐம்பது வயசுல உங்களை மாதிரி சுகர், பிரஷரெல்லாம் வந்ததுக்கப்றம் போகச் சொல்றீங்களா? கம்பெனி குடுக்கற காசுக்கு நான் கூவிக்கிட்டுத்தான் இருக்கேன். என்னோட புராஜெக்ட் வொர்க்கை ஒருநாள் முன்னாடியே முடிச்சுட்டுத்தான் லீவு கேக்கறேன். வேலையை முடிச்சதுக்கு ஒரு அப்ரிசியேஷன்கூடக் கிடையாது. சீனியாரிட்டி, மண்ணாங்கட்டின்னு ஏகப்பட்ட பாலிட்டிக்ஸ் வேற. என்னோட ஹெல்த், மென்ட்டல் வெல்பீயிங், பர்சனல் குரோத் எதுலயுமே இந்த கம்பெனிக்கு அக்கறையில்ல. புராஃபிட்டை மட்டும்தான் எய்ம் பண்றாங்க. டாக்ஸிக் அட்மாஸ்ஃபியர். ஏற்கனவே பணத்தை சேவ் பண்ண ஆரம்பிச்சுட்டேன். இன்னும் ஒரு வருஷத்துல காண்ட்ராக்ட் அமவுண்ட்டை விட்டெறிஞ்சுட்டு வெளில வந்துடுவேன்' என ஜனனி அவர்களைச் சமாதானப்படுத்தியிருக்கிறாள்.

★★★

2024ஆம் ஆண்டு, அன்ஸ்டாப் எனப்படும் தனியார் அமைப்பு ஜென் ஸீ பணியாளர்களிடம் ஒரு கருத்துக்கணிப்பை நடத்தியது. அதன்படி நாற்பத்தேழு சதவீத இளைஞர்கள் வேலை-வாழ்க்கைச் சமநிலையைப் பேணுவது *(work-life Balance)* அவசியம் என்று கூறியிருக்கின்றனர்.

எழுபத்திரண்டு சதவீதம்பேர் சம்பளத்தைக் காட்டிலும் வேலையில் கிடைக்கு திருப்தி *(job satisfaction)* அத்தியாவசியம் என்றும், எழுபத்தியெட்டு சதவீதம் பேர் தங்களுடைய திறமையை

வளர்த்துக்கொள்வதற்காக *(career advancement)* வேறு வேலையைத் தேடிப்போவதாகவும் சொல்லி இருக்கின்றனர்.

சென்ற தலைமுறையைப் போல சம்பளப் பணம் ஒன்றை மட்டுமே திருப்தியின் அளவுகோலாக ஜென் ஸீ தலைமுறை பார்ப்பது இல்லை. செய்யும் பணியில் கிடைக்கும் நிறைவு, அதற்கு உரிய நேரத்தில் கிடைக்கும் பாராட்டு, தகுதிகளை வளர்த்துக் கொள்ளக் கிடைக்கும் வாய்ப்பு, தனிப்பட்ட விருப்பங்களைச் செயல்படுத்துவதற்கான நேரம் எனப் பல விஷயங்களைப் பணியிடங்களில் எதிர்பார்க்கின்றனர்.

சில வாரங்களுக்கு முன் 'வேலை வேண்டாம்' என்று நிராகரிக்க, ஒரு ஜென் ஸீ பெண் சொன்ன காரணம் சமூக வலைதளங்களில் வைரலானது. இன்டர்வியூவில் (நேர்முகத் தேர்வு என்று தற்போது சொல்ல முடியாது, பெரும்பாலான தேர்வுகள் ஆன்லைன் வழியாகவே நடக்கின்றன) சம்பளம், பணியிடம் போன்றவற்றைச் சமரசமாகப் பேசி முடித்த பிறகு 'சில சமயங்களில் சனிக்கிழமைகளிலும் வேலை செய்ய வேண்டியிருக்கும்' என நிறுவனம் கூறியிருக்கிறது.

'முப்பது வயதுக்குள் என் சக்தியை முற்றிலுமாக உறிஞ்சிக் கொள்ளும் வேலை வேண்டாம்.' என்று கூறி மறுத்திருக்கிறார் அந்த ஜென் ஸீ. நேரங்காலம் பார்க்காமல் மாடாய் உழைப்பதை இவர்கள் பெருமையாகக் கருதுவதில்லை.

அப்படி வேலை செய்து சீக்கிரமாகவே சர்க்கரை வியாதியும், ரத்தக் கொதிப்பும் வந்து அவதிப்படும் பெற்றோரைப் பார்த்து வளர்ந்தவர்கள் இவர்கள். எனவே தனிப்பட்ட விருப்பங்களுக்கு இடம் தராமல், விடுப்பு கூட எடுக்காமல் வேலை பார்ப்பதை உழைப்புச் சுரண்டலாக, குற்றச்செயலாகப் பார்க்கின்றனர்.

வேலையைப் போலவே மனநலத்தைப் பேணுவதற்கும் முக்கியத்துவம் தருகின்றனர்.

மூன்று ஆண்டுகளுக்கு முன்பு *'Bare minimum Monday'* என்றொரு பதம் டிக்டொக்கின் வழியாகப் பிரபலமானது. அதாவது திங்கட் கிழமை முக்கியமான வேலைகளை மட்டும் பார்ப்பது, அல்லது குறைவான வேலைகளை எடுத்துக்கொள்வது. இதனால் திங்கள்கிழைமை வருவதை நினைத்தாலே ஏற்படும் பதட்டத்தைப்

பெருமளவு குறைக்கமுடியும். இது எல்லா வேலைகளுக்குக்கும் பொருந்தாது என்றாலும், பொதுவாகவே அதிக அழுத்தம் தரும் வேலைகளை ஒரேடியாகச் செய்வது மனநலத்தைப் பாதிக்கும் என்கிற விழிப்புணர்வு ஜென் ஸீ பிள்ளைகளிடம் இருக்கிறது.

அடுத்தது அங்கீகாரம். தான் செய்யும் வேலைகளுக்கு உடனடியாகப் பாராட்டோ விமர்சனமோ கிடக்கவேண்டுமென ஜென் ஸீ இளைஞர்கள் எதிர்பார்க்கின்றனர். கிடைக்கவில்லையென்றால் தானாகப் போய்க் கேட்டுப் பெற்றுக்கொள்கின்றனர்.

'உயரதிகாரிகள் நம்மைப் பற்றித் தவறாக நினைத்துவிட்டால் என்ன செய்வது?' போன்ற சென்ற நூற்றாண்டுத் தயக்கங்கள் அவர்களுக்கு இல்லை.

போலவே, அதிகாரப் போக்கை எதிர்க்கும் மனநிலை.

உயரதிகாரிகளை மரியாதையுடன் சார், பாஸ் என்று அழைப்பது கட்டாயமாக இருந்தது அந்தக் காலம். பெயர் சொல்லியோ புரோ என்றோ கூப்பிடுவதுதான் தற்போதைய டிரண்ட். மேலாளர் தன்னுடன் நட்போடு பழகுவதையே ஜென் ஸீ இளைஞர்கள் விரும்புகின்றனர். 'அதிகாரத் தொனியில் ஆணையிடுவதைக் காட்டிலும் நட்பு ரீதியில் சொல்லும்போதுதான் இயல்பாக வேலை செய்ய முடியும்' என்று கருதுகின்றனர்.

அடுத்ததாகத் தொழில்நுட்பங்களின் பயன்பாடு. நீண்ட நேரம் உட்கார்ந்து கடுமையாக வேலை செய்வதைக் காட்டிலும் திறமையாக விரைவாக வேலையை முடிக்க முனைகின்றனர். அதற்காக இணையம் முதல் ஏஐ வரை சகலவிதமான தொழில்நுட்பங்களையும் பயன்படுத்திக்கொள்கின்றனர்.

இறுதியாக, ஆனால் முக்கியமாக வேலை-வாழ்க்கைச் சமநிலை. தனிப்பட்ட விருப்பங்களுக்காக நேரம் ஒதுக்குவது, பயணங்கள் செய்வது, நண்பர்களைச் சந்திப்பது போன்ற செயல்கள் மனத்தை உற்சாகப்படுத்தும். வேலையில் படைப்பூக்கத்துடன் இயங்க முடியும். இதைத் தாங்கள் பணியாற்றும் நிறுவனங்கள் புரிந்துகொள்ள வேண்டுமென்று எதிர்பார்க்கின்றனர்.

'எனது குழுவில் ஒரு ஜென் ஸீ நான்கு நாள்கள் விடுப்பு சொல்லி மின்னஞ்சல் அனுப்பியிருந்தான். காரணம் கேட்டபோது பூசி

மெழுகவில்லை. தோழியுடன் பிரேக்கப் ஆகிவிட்டது. மலையேறப் போகிறேன். உடலையும், மனத்தையும் திடப்படுத்திக்கொண்டு நல்ல வைபுடன் திரும்புகிறேன் என்று நேரடியாக பதில் சொன்னான். ஜென் ஸீ பிள்ளைகள் இப்படித்தான்.' ஒரு ஹெச்ஆர் மேனேஜர் எக்ஸ் தளத்தில் பகிர்ந்துகொண்ட அனுபவம் இது.

வேலை வாழ்க்கைச் சமநிலை என்று சாக்குச் சொல்லி தமது தனிப்பட்ட ஆசைகளின் மீதே கவனம் செலுத்துகின்றனர். சோம்பேறிகள். கடினமாக உழைப்பதிலிருந்தும் பொறுப்பை எடுத்துக்கொள்வதிலிருந்தும் தப்பியோட முயல்கின்றனர். தங்கள் திறமையைவிட தொழில்நுட்பத்தை அளவுக்கதிகமாக நம்புகின்றனர். இவை ஒட்டுமொத்தமாக ஜென் ஸீ பணியாளர்கள் மீது வைக்கப்படும் முதன்மைக் குற்றச்சாட்டுகள்.

பணியிடங்களும் அதில் பயன்படுத்தப்படும் தொழில்நுட்பங்களும் தொடர்ச்சியான மாற்றங்களைச் சந்தித்து வருகின்றன.

தற்போதுள்ள பல பணிகள் அதிகமான மூளை உழைப்பைக் கோருபவை. ஒருவரே பல வேலைகளைக் கையாள வேண்டிய சூழலும் இருக்கிறது. எனவே பணிகளை விரைவாக முடிக்க வேண்டியது, தொழில்நுட்பங்கள், செயற்கை நுண்ணறிவைப் பயன்படுத்துவது, பணியிட அழுத்தங்களிலிருந்து அவ்வப்போது தள்ளியிருப்பது போன்றன அத்தியாவசியமான தேவைகளாகத் தற்போது உருக்கொண்டிருக்கின்றன.

மாற்றம் எல்லா இடங்களிலும் உண்டு. அதை விரைவாக ஏற்றுக்கொண்டு, கற்றுக்கொண்டு, முன்னெடுத்துச் செல்பவர்களாக ஜென் ஸீ தலைமுறையினர் இருக்கின்றனர் எனலாம். வேலையின் தன்மைக்கேற்பத் தங்களைத் தகவமைத்துக்கொள்ளும் ஜென் ஸீ இளைஞர்கள் தங்கள் வசதிக்கேற்ப பணிச்சூழலில் சில மாற்றங்களை எதிர்பார்க்கின்றனர் என்று சொல்வது இன்னும் பொருத்தமாக இருக்கும்.

சரி, பணியிடங்களில் ஜென் ஸீ பிள்ளைகளின் எதிர்பார்ப்பு என்ன என்பதைப் பார்த்துவிட்டோம். அவற்றைப் பற்றிக் கவலைப்படாமல் கறாரான விதிமுறைகளைப் பின்பற்றும் நிறுவனங்களும் இருக்கின்றன. அங்கே பணிபுரியும் ஜென் ஸீ பிள்ளைகள் எப்படி எதிர்வினையாற்றுகின்றனர்?

அதைப் பார்ப்பதற்கு முன்பாக ஒரு கேள்வி.

ரிட்டயர்மென்ட், வாலன்டரி ரிட்டயர்மென்ட் எல்லோருக்கும் தெரியும். மைக்ரோ / மினி ரிட்டயர்மென்ட் பற்றிக் கேள்விப் பட்டிருக்கிறீர்களா?

16. சத்தம் போடாமல் விட்டு விலகு

அலுவலகத்தில் ஒரு கான்ஃபரன்ஸ் கால். உடன் பணிபுரிபவர்கள் ஒரு பிரச்சனையைச் சொன்னார்கள். அந்த விஷயத்தைப் பற்றி வைஸ் பிரசிடெண்ட்டுக்கு அவ்வளவாகத் தெரியாது. ஆனாலும் ஒரு யோசனையை முன்வைத்தார். கால் முடிந்தபிறகு என்னைத் தனியாக அழைத்து அந்த பிரச்சனையை எப்படித் தீர்க்கலாம் என்று கேட்டார். இதுபோன்ற சிக்கல்களை ஏற்கனவே பார்த்த அனுபவத்தில், ஒரு சிறந்த யோசனை சொன்னேன். அதைக் கேட்ட மாத்திரத்தில் கத்தத் தொடங்கிவிட்டார்.

'நான் சொன்ன யோசனையைச் சரியென்று ஏற்றுக்கொள்வதுதான் உன்னுடைய வேலை, புரிகிறதா? இப்போது சரியாகச் சொல், அந்தப் பிரச்சனையை எப்படித் தீர்ப்பது?'

பெற்றோர் திட்டியவுடன் அவர்கள் சொன்னதைத் திருப்பிச் சொல்லும் சின்னப் பிள்ளைபோல, அவர் சொன்ன யோசனையையே திருப்பிச் சொன்னேன். அதற்குப் பிறகு நான் எந்தப் புது யோசனைகளையும் முன்வைப்பதில்லை. எனக்கு கொடுக்கப்பட்ட பணிகளைத் தாண்டி ஒரு இன்ச் கூடுதலாகச் செய்வதில்லை.

★

ஒரு பெரிய புராஜக்ட் என்னிடம் ஒப்படைக்கப்பட்டது. அதை முடிப்பதற்கு உதவியாக எனக்குக் கொடுக்கப்பட்ட கோ-வொர்க்கர் ஒழுங்காக வேலை பார்க்க மாட்டார்.

நான், அலுவலகத்துக்குச் சீக்கிரமாக வந்து, தாமதமாகக் கிளம்பி தூக்கத்தைக் கெடுத்துக்கொண்டு வேலை பார்த்தேன். கெடுவுக்குள் முடிக்கவேண்டுமென்பதற்காக விடுமுறை தினங்களில்கூட புராஜக்ட் பணிகளைச் செய்தேன்.

கோ-வொர்க்கர் வழக்கம்போல உல்லாசமாக இருந்தார். புராஜக்ட் வெற்றிகரமாக முடிந்தது. இருவருக்கும் ஒரே சம்பளம்தான். நான் கூடுதலாக, அவருடைய வேலையையும் சேர்த்துச் செய்ததற்கு எனக்கு எந்தவித கிரெடிட்டும் கொடுக்கப்படவில்லை.

புராஜக்ட்டை முடிப்பது என்னுடைய கடமை என்பதுபோல எடுத்துக்கொண்டார்கள். அதுதான் பிரேக்கிங் பாயிண்ட். இந்த நிறுவனத்துக்காக உழைத்துக் கொட்ட வேண்டிய அவசியமே இல்லை என்று முடிவு செய்துவிட்டேன்.

★

நான் கிராஃபிக் டிசைனர். முதல் இரண்டு வருடங்கள் எனக்கு வேலை மிகவும் பிடித்தது. சம்பளம் குறைவுதான். ஆனாலும் சுயமாகச் சிந்திப்பதை அனுமதித்தனர், புதிய யோசனைகளை ஏற்றுக்கொண்டனர். பணிச்சூழல் ஆரோக்கியமாக இருந்தது.

பின்னர், நிறுவனம் சில திறமையற்றவர்களை உயரதிகாரிகளாக நியமனம் செய்தது. போட்டோஷாப் டாக்குமென்ட் என்றால் என்னவென்றே தெரியாதவர்கள் எங்கள் குழு உருவாக்கிய டிசைனை விமரிசனம் செய்தனர், புதிய யோசனைகளை நிராகரித்தனர்.

இதனால் நிறுவனம் சில ஆர்டர்களை இழந்தது. அதற்கும் எங்கள்மீதே குற்றம் சுமத்தினர்.

பிறகு அலுவலகத்தில் அவர்கள் சொல்லும் டிசைனை மட்டும் வரைவது, கிரியேட்டிவ் யோசனைகளை ஃப்ரீலான்ஸாக செய்துகொடுத்து பணம் சம்பாதிப்பது என ஆரம்பித்துவிட்டேன். விரைவிலேயே வேறு வேலைக்கு மாறிவிடுவேன்.

★★★

quiet quitting செய்ய முடிவெடுவத்த சில ஜென் ஸீ இளைஞர்களின் அனுபவங்கள் இவை. டிக்டொக்கின் மூலம் பிரபலமான இந்தப் பதம், சத்தம் போடாமல் வேலையை விடுதல் எனும் நேரடியான பொருளில் அர்த்தம்கொள்ளப்படுவது இல்லை. தனக்கென ஒதுக்கப்பட்ட பணிகளை மட்டுமே செய்தல், கெடுவுக்குள் முடிக்க வேண்டும் என்பது போன்ற நெருக்கடிகளைக் கண்டுகொள்ளாமல் இருத்தல், பணியிடத்திலிருந்தும் வேலையிலிருந்தும் உணர்வுபூர்வமாகப் விலகியிருத்தல் போன்ற செய்கைகள் இந்த மௌன விலகல் வகைமையில் சேரும்.

இந்தியாவைப் பொறுத்தவரை அதிக நேரம் வேலை பார்ப்பது, கூடுதல் நெருக்கடிகளைச் சமாளிப்பது போன்றவை சாதாரண விஷயங்கள்தான். ஆனால் ஜென் ஸீ இளைஞர்கள் இதைச் சாதாரணமாக எடுத்துக்கொள்வதில்லை. 'என் ஆரோக்கியத்தையும் மனநலத்தையும் சமரசம் செய்துகொண்டு ஏன் கூடுதல் பணிகளையும், நெருக்கடிகளையும் சுமக்க வேண்டும்?' என்னும் மனநிலை கொண்டவர்களாக இருக்கின்றனர். அப்படி வேலை பார்த்தால் உயரதிகாரிகளின் நன்மதிப்புப் புத்தகத்தில் இடம்பிடிக்கலாம், சம்பள உயர்வு, பதவி உயர்வு போன்றவற்றில் சலுகைகள் கிடைக்கும் போன்ற பதில்கள் அவர்களுக்குத் திருப்திகரமானதாக இல்லை.

மெக்கன்ஸீ அண்டு கம்பெனி எனும் தனியார் அமைப்பு நடத்திய ஓர் ஆய்வில் அறுபது சதவீத ஜென் ஸீ இளைஞர்கள், வேலையில் முந்நகர்வதைவிட, மனநலத்தைப் பாதுகாப்பதுதான் முக்கியம் என்று கூறியிருக்கின்றனர். அதைப் பொருட்படுத்தாமல் வழக்கம்போல அழுத்தம் கொடுக்கும் நிறுவனங்களிடமிருந்து மனத்தளவில் விலகிக்கொள்கின்றனர் ஜென் ஸீ இளைஞர்கள்.

இப்படி ஒதுங்கிக்கொள்பவர்கள் சில வாரங்களிலோ, மாதங்களிலோ வேறு வேலைக்கு மாறிவிடுகின்றனர். இவ்வாறு அடிக்கடி வேலை மாறுவது 'ஜாப் ஹாப்பிங்' எனப்படுகிறது. '*Indeed India*' எனும் தனியார் அமைப்பு வெளியிட்ட ஓர் அறிக்கையின்படி ஜென் ஸீ இளைஞர்கள் ஒரு நிறுவனத்தில் இருக்கும் சராசரி ஆயுள்காலம் ஒன்றரை வருடங்கள்தாம்.

பணியிடப் பிரச்சனைகள், மனநலம் பேணுவது போன்றவற்றைத் தாண்டி இந்த 'வேலைத் தாவுதலுக்குப்' பிற காரணங்களும்

இருக்கின்றன. அதில் முக்கியமானவை கூடுதல் வருமானமும் பணி உயர்வும்.

வேலைச் சந்தையின் தேவைகளும் எதிர்ப்பார்ப்புகளும் தொடர்ச்சியாக மாறிக்கொண்டே இருப்பவை. இந்தியாவில் ஆண்டு ஒன்றுக்கு ஒன்றரை மில்லியன் இஞ்சினியர்கள் வேலைச் சந்தையில் நுழைகின்றனர். அதில் தனக்கான இடத்தைத் தக்கவைத்துக் கொள்வதற்கும் திறன்களை வளர்த்துக்கொள்ளுவதற்கும் பணியிட மாறுதல் உதவிபுரிகிறது. மேலும், ஒன்றரை-இரண்டு வருடங்களில் வேலை மாறுவது சராசரியாக 20-30% சம்பள உயர்வையும், பணி உயர்வையும் பெற்றுத்தருவதாகப் புள்ளிவிவரங்கள் தெரிவிக்கின்றன.

மௌன விலகலைப் போலவே ஜென் ஸீ பிள்ளைகளிடம் புதிதாக உலாவும் மற்றொரு டிரெண்ட் மைக்ரோ/மினி- ரிட்டயர்மென்ட். பயணம் செய்வதற்காக, தனிப்பட்ட விருப்பங்களைப் பூர்த்தி செய்து கொள்வதற்காக, அல்லது கடுமையான வேலைகளுக்கு ஓர் இடைவேளை விடுவதற்காக என அலுவலகப் பணிகளிலிருந்து தற்காலிகமாகச் சிறு ஓய்வு எடுத்துக்கொள்வதை மைக்ரோ ரிட்டயர்மெண்ட் என்கின்றனர்.

தவிர்க்க முடியாத காரணங்களுக்காக வேலையிலிருந்து சில மாதங்கள் விடுப்பு எடுத்துக்கொள்வது ஏற்கனவே இங்கு வழக்கத்தில் இருக்கிறது *(Sabbatical Leave)*. ஆனால் சபாட்டிக்கல் லீவைப் போலில்லாமல் மைக்ரோ ரிட்டயர்மென்ட் என்பது தங்கள் சொந்தப் பணத்தில் அதே நிறுவனத்தில் தொடர்ந்து பணியாற்றும் நோக்கமின்றி எடுக்கப்படும் சிறு ஓய்வு.

ஹைதராபாத்தில் பணியாற்றுபவர் இமயமலைக்குப் போவது, பெங்களூரு ஐடி நிறுவனத்தில் பிஸியாக வேலைபார்த்தவர் ரிஷிகேஷில் யோகா கற்றுக்கொள்வது, மேலாளர் பதவியைத் துறந்து என்ஜிஓ-வில் இணைந்து கிராமங்களுக்குச் செல்வது- இதுபோன்ற பர்சனல் ரிஜுவனேஷன் (மனதைப் புதுப்பித்துக்கொள்ளல்) அனுபவக் கதைகள் இன்ஸ்ட்டாவிலும் லிங்க்டினிலும் ஏராளமாகப் பகிரப்படுகின்றன.

இந்த ஓய்வுக்காலத்தில் இவர்களின் பணத்தேவையைப் பூர்த்தி செய்யும் மூல ஆதாரங்களாக இருப்பவை: சொந்தச் சேமிப்பு,

குடும்பத்தினரின் ஆதரவு, ஃப்ரீலான்ஸ் பணி மூலம் கிடைக்கும் வருமானம்.

இளமைக் காலம் முழுவதும் உழைத்துப் பணம் சேர்த்து அறுபது வயதுக்குப் பிறகு பயணம் செய்வதைக் காட்டிலும், வயதும் ஆற்றலும் இருக்கும்போதே எல்லா அனுபவங்களையும் பெற்றுவிட விரும்புகின்றனர் ஜென் ஸீ இளைஞர்கள்.

இவர்களுடைய சிந்தனையில் ஏற்பட்டிருக்கும் இந்த அடிப்படை மாற்றத்துக்குப் பல காரணங்கள் உண்டு. முதன்மையாகத் தொழில்நுட்ப வளர்ச்சியையும் அதனால் உண்டாகியிருக்கும் கணக்கற்ற சாத்தியங்களையும் சொல்லலாம். அடுத்ததாக, தனிநபர் விருப்பங்களுக்கு முன்னுரிமை அளிக்கும் உலகக் கலாசாரங்களின் அறிமுகம். இறுதியாக நிலையற்ற பொருளாதாரம். நாட்டின் பணவீக்கம், அதனால் அதிகரித்து வரும் கல்விக் கட்டணங்கள், வீடு வாகனங்களின் விலை உயர்வு போன்றவை, விசுவாசத்தைக் காட்டிலும் விரைவாகப் பணம் சம்பாதிக்கும் எண்ணத்தை ஊக்குவிக்கின்றன.

அடிக்கடி வேலையை மாற்றிக்கொள்வது சம்பாதித்த பணத்தை உடனடியாகச் செலவு செய்வது, தன்னுடைய விருப்பம், மன நலத்துக்கு முக்கியத்துவம் தருவது போன்ற விஷயங்களையும் அதற்கான காரணங்களையும் பார்த்தோம். வேலைச் சந்தையில் மற்றொரு முக்கியமான மாற்றமும் அதிகப் பரபரப்பில்லாமல் நிகழ்ந்துகொண்டிருக்கிறது.

பெரும்பான்மையாக ஜென் ஸீ இளைஞர்கள் முன்னெடுத்துச் செல்லும் அந்தப் பக்கவாட்டு மாற்றங்களைப் பற்றி...

விரிவாகப் பார்ப்பதற்கு முன் ஒரு டீசர் கேள்வி,

மூன்லைட்டிங் என்றால் என்ன தெரியுமா? நிச்சயமாக நிலவில் இருந்துவரும் ஒளி அல்ல.

17. பக்கவாட்டுப் பணிகள்

எங்கள் ஊரில் ஒரு போஸ்ட் மாஸ்டர் இருந்தார். அவர் வீட்டுத் திண்ணையில்தான் அலுவலகம். மேஜையின் ஓரத்தில் கார்டு, இன்லாண்டு கவர், பசை இருக்கும். பின்னால் வயர்பின்னல் நாற்காலியில் உயரமாக அமர்ந்திருப்பார். மூன்றரை மணிக்குள் அலுவலகத்தை மூடிவிடுவார்.

அவருக்கு எலக்ட்ரிக்கல் வேலைகளும் தெரியும். டியூப்லைட் எரியவில்லை, ஃபேன் ஓடவில்லை என்றால் அவரைத்தான் அழைப்போம். வயர் மாற்றுவது, தன்னிடமிருக்கும் பழைய டியூப்லைட்டைப் போடுவது என அதிகச் செலவு வைக்காமல் ரிப்பேர் செய்துவிடுவார். அதற்குப் பதிலாக காபியோ, கொல்லையில் விளைந்த கத்திரிக்காயையோ கொடுப்போம்.

சரிசெய்ய முடியாதவற்றைப் பக்கத்து டவுனில் இருக்கும் எலக்ட்ரிக்கல் வர்க்ஸ் கடைக்கு எடுத்துப் போவார். சுற்றியிருக்கும் ஏழெட்டு கிராமங்களுக்கு அதுதான் ஒரே எலக்ட்ரிக்கல் ரிப்பேர் கடை. அவர் தொழில் கற்றுக்கொண்டதும் அங்குதான்.

ஒருநாள் போஸ்ட் மாஸ்டர், தந்தையிடம் வந்து பேசிக் கொண்டிருந்தார். இருவருக்கும் கிட்டத்தட்ட ஒரே வயதுதான். 'சுப்பு அண்ணன், தன்னோட கடையிலேயே சேர்ந்துக்க சொல்றாரு. அவர் பசங்களெல்லாம் மெட்ராஸுக்குப் படிக்கப்

போயிட்டாங்க. நல்ல வேலை தெரிஞ்ச ஆள் இல்ல... சாயங்கலமா வரச் சொல்றார்.'

'சச்ச... அதெல்லாம் வேண்டாம்பா. கவர்மென்ட் உத்தியோகம் பார்க்கற. இங்க தனிக்காட்டு ராஜா மாதிரி போஸ்ட்டாபீஸ்ல உக்கார்ந்துட்டு இருக்க... அப்பறம் அங்க போய் கரித்துணிய வச்சு காயில் சுத்தினா நல்லாவா இருக்கும்? அதெல்லாம் கௌரவமா இருக்காது பாலு,' என்றார் அப்பா.

அவர் மட்டுமல்ல, ஊரில் பலரும் அதையேதான் திரும்பத் திரும்பச் சொன்னார்கள். ஆனாலும் விடாமல் போஸ்ட் மாஸ்டர் எல்லோரிடமும் அபிப்பிராயம் கேட்டதற்குச் சில காரணங்கள் இருந்தன. அதில் ஒன்று பணம்.

கிராமத்தில் இருக்கும் போஸ்ட் மாஸ்டர் பணிக்கு ஊதியம் மிகக் குறைவு. (போஸ்ட்மேனை விடவே குறைவு என்பதாக ஞாபகம்). பூர்வீக வீட்டைத் தவிர, அவரிடம் வேறு நிலபுலன்கள் எதுவும் கிடையாது. அவருக்கு மூன்று மகள்கள்.

மற்றொரு காரணம், விருப்பம். ஒரு வீட்டுக்கு முழுதாக ஒயரிங் செய்துவிடுமளவுக்கு விஷய ஞானம் கொண்டவர். அவர் வீட்டுக்கு மட்டும் கரன்ட் பில் குறைவாக வரும்படி வயரிங் செய்து கொண்டதாகக்கூட ஊரில் பேசிக்கொள்வார்கள்.

'போஸ்ட் மாஸ்டராவே இருந்தாலும் துளி தலைக்கனம் கிடையாது. கூப்பிட்ட குரலுக்கு ஓடிவருவாரு. தன்கிட்ட இருக்கற சாமானை வச்சே ரிப்பேர் பண்ணிடுவாரு, திறமைசாலி,' என்று ஊரில் ஒரு மரியாதைப் பிம்பம் அவருக்கு இருந்தது.

சுப்பு அண்ணன், லாபத்தில் பங்கு தருகிறேன் பார்ட்னராகச் சேர்ந்துகொள்கிறேன் என்றுகூடக் கூப்பிட்டதாகக் கேள்வி. ஆனால் அவர், போஸ்ட் மாஸ்டர் பணியை விடவே இல்லை, தன் வீட்டையும், கொல்லையையும் விற்கும் நிலை வந்தபோதும்கூட.

★★★

நிரந்தரமான அரசு வேலை, மல்டி நேஷனல் கம்பெனியில் வெள்ளை காலர் பணி, அசிஸ்டென்ட் மேனேஜர், ஜெனரல் மேனேஜர் என்று ஏறுமுகமாகச் செல்லும் பதவி உயர்வுகள், இவைதான் பெரும்பாலான மிடில் கிளாஸ் இந்தியர்களின்

கனவுகளாக இருந்தன, சென்ற நூற்றாண்டுவரை. வாழ்க்கையில் முன்னேறுவதற்கு, சமூகக் கௌரவம் கிடைப்பதற்கு 9-5 அலுவலக வேலைதான் ஒரே வழி என்று தலைமுறை தலைமுறையாகச் சொல்லிக் கொடுக்கப்பட்டது. அலுவலகப் பணிகளில் ஊதியம் குறைவாக இருந்தாலும், அதைவிடுத்து எலக்ட்ரிக்கல் ரிப்பேர், பிளம்பிங் போன்ற தற்காலிகப் பணிகளைச் செய்வது கௌரவக் குறைச்சலாகப் பார்க்கப்பட்டது.

ஆனால் டிஜிட்டல் புரட்சியின்போது பிறந்த ஜென் ஸீ பிள்ளைகள் இந்தச் சிந்தனைப்போக்கை வேகமாக மாற்றிக் கொண்டிருக்கின்றனர். 9-5 வெள்ளைக் காலர் வேலைக்குப் பதிலாக Gig எனப்படும் தற்காலிக / பக்கவாட்டுப் பணிகளில் ஆர்வம் காட்டுகின்றனர்.

கிக் பணி என்பது குறுகிய காலத்துக்குச் செய்யப்படும் தற்காலிகமான தொழில்முறை சேவைகளைக் குறிக்கிறது. உணவு விநியோகம் செய்வது, டாக்ஸி ஓட்டுவது, கிராஃபிக் டிசைனிங், கோடிங் போன்றவற்றை ஃப்ரீலான்ஸாகச் செய்து தருவது, டிஜிட்டல் மார்க்கெட்டிங், ஆன்லைனில் டியூஷன் எடுப்பது முதலிய பணிகளை உதாரணமாகச் சொல்லலாம். இவை பெரும்பாலும் ஊபர், ஸ்விக்கி, ஃபிவர், அப்வர்க் போன்ற டிஜிட்டல் தளங்களின் மூலமே இணைக்கப்படுகின்றன.

நிதி ஆயோக்கின் ஓர் அறிக்கைப்படி அடுத்த ஐந்தாண்டுகளில் பக்கவாட்டுப் பணிகளில் ஈடுபடுபவர்களின் எண்ணிக்கை சுமார் இரண்டரை கோடியாக இருக்கும்.

ஜென் ஸீ இளைஞர்கள் அதிகமாக கிக் பணிகளைத் தேர்வு செய்வதற்கு முக்கியக் காரணம் எளிமை. இணையத்தின் வளர்ச்சியும், ஸ்மார்ட்ஃபோன்களின் பரவலும் தற்காலிகப் பணிகளைப் பெருமளவில் எளிமைப்படுத்தியுள்ளன. வீட்டில் ஓர் அறையில் அமர்ந்துகொண்டே கிக் பணிகளைச் செய்து வருமானம் ஈட்ட முடியும்.

இரண்டாவது காரணம், வேலைவாய்ப்புகள். அரசு நிறுவனங்களிலும், பெரிய கார்ப்பரேட் கம்பெனிகளிலும் எல்லோருக்கும் வேலை கிடைத்துவிடுவதில்லை. இளைஞர்களின் எண்ணிக்கைக்கும், அரசு, பெரு நிறுவனங்களில் வேலைவாய்ப்புகளுக்கும் கணிசமான

இடைவெளி இங்கே எப்போதுமிருக்கும். இதைத் தவிர, குறைவான ஊதியம், வேலைப் பாதுகாப்பின்மை, ஊழியர்களின் உரிமைகளைக் கண்டுகொள்ளாமல் இருப்பது போன்ற பல காரணங்களால் நிறுவன வேலைகளைக் காட்டிலும் தற்காலப் பணிகள் அதிகம் ஈர்ப்புடையதாக இருக்கின்றன.

அடுத்து முக்கியமாக நேரடித்தன்மை. பெரும்பாலான தற்காலிகப் பணிகளில் நேரடியாக வாடிக்கையாளர்களைத் தொடர்புகொள்ள முடியும். (ஊதாரணம் கிராஃபிக் டிசைன், கோடிங், காப்பி ரைட்டிங்). நாம் செய்யும் பணி ஒரு பெரிய நிறுவனத்தில் பத்தோடு பதினொன்றாகக் கரைந்துபோவது போலில்லாமல், இங்கு அதற்குரிய அங்கீகாரமும் வருவாயும் உடனடியாகக் கிடைக்கின்றது. இது உடனடியாக ஒரு நிறைவையும், அடுத்த பணியைச் சிறப்பாகச் செய்வதற்கான ஊக்கத்தையும் தருகிறது.

ஜென் ஸீ இளைஞர்கள் பெருமளவில் தற்காலிகப் பணிகளில் ஈடுபடுவதற்கு முதன்மைக் காரணம் அதில் கிடைக்கும் வருமானம்தான். ஸ்விக்கி, ஸொமேட்டோ போன்ற நிறுவனங்களில் பணியாற்றும் ‘டெலிவரி பார்ட்னர்கள்’ மாதத்துக்கு 15,000 முதல் 30,000 வரை சம்பாதிக்கின்றனர். சிலர் இரண்டு வேலைகளைச் சேர்த்துப் பார்த்து நல்ல வருமானம் பெறுகின்றனர். இதனால் இதுபோன்ற கிக் வேலைகளை மதிப்புக் குறைவாகப் பார்க்கும் மனப்போக்கு பெருமளவில் குறைந்திருக்கிறது.

இறுதியாக வேலை நேரம். கல்லூரியில் படித்துக்கொண்டிருக்கும்போதே, கைவினைப் பொருள்கள் செய்து இன்ஸ்ட்டாகிராமில் விற்பனை செய்யலாம், மாலை நேரத்தில் உணவு டெலிவரி செய்யலாம். ஒரு நிறுவனத்தில் வேலைபார்த்துக்கொண்டிருக்கும்போதே, ஆன்லைனில் தினம் ஒரு மணி நேரம் கோடிங் கற்றுத் தரலாம், ஃப்ரீலான்ஸாக கிராஃபிக் டிசைன் செய்து தரலாம். இப்படித் தங்களுக்குத் தோதான நேரத்தில் வேலை பார்த்துக்கொள்ளக்கூடிய வசதி தற்காலிகப் பணிகளில் உண்டு. சர்வதேச அமைப்பான OECD நடத்திய ஆய்வு ஒன்றில் 60% இளைஞர்கள், தற்காலிகப் பணிகளில் இருக்கும் நெகிழ்வுத்தன்மையை மிக முக்கியமாகக் கருதுவதாகக் கூறியிருக்கின்றனர்.

தாங்கள் பணியாற்றும் நிறுவனத்துக்குத் தெரியாமல் அல்லது தெரிவிக்காமல் பக்கவாட்டில் பிற வேலைகளைச் செய்து சம்பாதிப்பது மூன்லைட்டிங் எனப்படுகிறது. 'வாங்கும் சம்பளத்துக்கு வேலை பார்க்கிறேன். புராஜக்ட் வேலைகளை முடித்துவிட்டு, மீதமிருக்கும் நேரத்திலும் விடுமுறை நாள்களிலும் எனக்கு விருப்பமான வேலைகளைச் செய்கிறேன். இது என்னைப் படைப்பூக்கத்துடனும் உற்சாகத்துடனும் வைத்துக்கொள்ள உதவுகிறது. இதில் நிறுவனத்துக்கு என்ன பிரச்சனை?' என்பது ஜென் ஸீ பிள்ளைகளின் நிலைப்பாடாக இருக்கிறது. தங்களுடைய அலுவலகப் பணிகள் பாதிக்காதவரை பெரும்பாலான நிறுவனங்கள் பணியாளர்களின் மூன்லைட்டிங் விஷயங்களைக் கண்டுகொள்வதில்லை. சில நிறுவனங்கள் மூன்லைட்டிங்கை அனுமதிப்பதில்லை.

எந்த வேலையிலும் இருப்பதுபோல் இந்தத் தற்காலிகப் பணிகளிலும் சவால்கள் நிறைந்திருக்கின்றன.

இந்தப் பணிகளில் மருத்துவக் காப்பீடு, பிஎஃப், வார விடுமுறை போன்ற வசதிகள் எதுவும் இல்லை. கிடைக்கும் ஊதியம் நிலையாக இருக்காது. ஏற்ற இறக்கங்கள் அதிகம் இருக்கும். போட்டிகளைச் சமாளிக்க நீண்ட நேரம் உழைக்க வேண்டிய சூழ்நிலை உண்டு.

ஆனால் மாறிவரும் வேலைச் சந்தையின் தவிர்க்க முடியாத அங்கமாகத் தற்காலிகப் பணிகள் நிலைபெற்றுவிட்டன. அந்த மாற்றங்களை ஏற்றுக்கொண்டு அதில் ஆர்வத்துடன் ஈடுபட்டு தற்காலிகப் பணிகளின் மதிப்பை மாற்றியமைக்கும் முகமாக ஜென் ஸீ இளைஞர்கள் இருக்கின்றனர்.

இதுபோல ஜென் ஸீ தலைமுறையின் பங்கெடுப்பால் பெருங்கவனம் பெற்றிருக்கும் மற்றொரு துறை சுற்றுலா. அதைப் பற்றிப் பார்ப்பதற்கு முன் ஒரு கேள்வி,

வக்கேஷன் தெரியும். வொர்க்கேஷன் பற்றிக் கேள்விப்பட்டிருக்கிறீர்களா?

18. விடுமுறையை உருவாக்குபவள்

முதுகுப்பையில் உடைகளுடன் சேர்த்து லேப்டாப்பையும் உள்ளே திணித்தாள் நித்யா.

‘ஃபிரண்ட்ஸோட சேர்ந்து வக்கேஷன் போறேன்னு சொன்ன. இந்தச் சனியனையும் எதுக்குத் தூக்கிட்டுப் போற?’

‘வக்கேஷன் இல்லம்மா… வொர்க்கேஷன்னு சொன்னேன்.’

‘என்னக் கருமாந்திரமோ… மூணு மாசத்துக்கொரு தடவை பையைத் தூக்கிட்டுக் கிளம்பிட வேண்டியது. நாம ஒண்ணும் சொல்லிட முடியாது. சொன்னாலும் கேட்கப்போறது கிடையாது. இதெல்லாம் எங்கபோய் முடியப்போகுதோ…’ புலம்பிக்கொண்டே உள்ளே போனார் நித்யாவின் அம்மா.

கோடை விடுமுறையில் குடும்பத்தோடு மட்டுமே சுற்றுலா சென்று கொண்டிருந்தவள்தான் நித்யா. ஸ்டார்ட்டப் நிறுவனத்தில் வேலைக்குச் சேர்ந்தபிறகு அது போன்ற நீண்ட விடுப்புகள் கிடைப்பதில்லை. புராஜெக்ட், டெட்லைன், கால்ஸ், ஸ்டாண்டப் கூட்டங்கள் என்று வேலை அவளை முழுதாக விழுங்கிக் கொண்டிருந்தது.

ஒருமுறை புராஜெக்ட்டை முடித்தபோது வழக்கமாக எழும் திருப்தி கிடைக்காமல் மனம் வெறுமையாயிருந்தது. எந்த வேலையிலும்

கவனம் செல்லவில்லை. காரணமே தெரியாமல் கண்களிலிருந்து கண்ணீர் கொட்டியது.

'இதுக்குப் பேர்தான் பர்ன்-அவுட். முதல்ல எங்கயாவது புது இடத்துக்குப் போயிட்டுவா... நான்லாம் த்ரீ மந்த்ஸுக்கு ஒருதடவை டிராவல் பண்ணுவேன், க்வார்ட்டர்லி பிரேக். அப்பதான் மைண்ட் ரிஃப்ரெஷ் ஆகும்,' அலுவலகத் தோழி நிஷா அறிவுரை சொன்னாள்.

'சனி, ஞாயிறு மட்டும்தான் லீவு கிடைக்குது. இதுல எங்க புரோ டூர் போறது?'

'டூர்னா காஷ்மீர் போறது, தாஜ்மஹாலைப் பார்க்கறது மட்டும் கிடையாது புரோ. இதோ இங்க இருக்கு பாண்டிச்சேரி. குடியம் கேவ்ஸ், தடா ஃபால்ஸ்னு பக்கத்துல இருக்கற லொகேஷன்ஸை முதல்ல எக்ஸ்புளோர் பண்ணு. பாக்கெட் ஃப்ரெண்ட்லியாவும் இருக்கும்.'

அன்றிலிருந்து மைக்ரோ-டூரிசத்தை சீரியஸாக எடுத்துக்கொள்ளத் தொடங்கினாள் நித்யா.

முதல் மினி பிரேக் - பாண்டிச்சேரிக்கு. நிஷாவுடன் போனாள். இரண்டு நாள்கள். கடற்கரைக்கு அருகில் ஒரு ஹோம்ஸ்டே. மொபைல் டேட்டாவை ஆஃப் செய்துவிட்டாள். காபி, புத்தகம், கடல் சத்தம் என அந்த இரண்டு நாள்களில் மனம் மறுமலர்ச்சி அடைவதை உணர்ந்தாள்.

அடுத்த மூன்று மாதங்களில் தோழிகளுடன் ஏலகிரிக்குச் சென்றாள். மலை, ஏரி, இதமான வெப்பநிலை என அங்கிருக்கும் சூழல் பிடித்துவிடவே கூடுதலாக நான்கு நாள்கள் அங்கேயே தங்கினர். லேப்டாப், வைஃபை வசதி எல்லாம் இருந்ததால் ஹோம்ஸ்டேயிலிருந்து வேலையையும் கவனித்துக்கொண்டனர்.

மூன்றாவது மினி பிரேக், மைக்ரோ அட்வென்ச்சராகிப் போனது. திருவள்ளூரில் இருக்கும் குடியம் குகைக்கு ஒருநாள் டிரிப்பாக டிரெக்கிங் போய் வந்தாள் நித்யா.

இப்போது நான்காவது, திருவண்ணாமலை. இம்முறை சோலோ டிரிப். ஏர்பிஎன்பி-யில் ஒரு பட்ஜெட் விடுதியை புக் செய்திருந்தாள். விடியற்காலையில ஆர்கானிக் ஃபார்மில் வாலன்டியர் பணி,

பிறகு லாப்டாப்பில் அலுவலக மீட்டிங். மாலையில் புதுப்புது உணவகங்களை முயற்சி செய்வது எனத் திட்டம் போட்டிருந்தாள்.

கிளம்புவதற்குமுன் கண்ணாடி முன் நின்று முதுகுப்பையுடன் செல்ஃபி எடுத்து இன்ஸ்ட்டாவில் பகிர்ந்தாள் நித்யா. *POV: 'நான் விடுமுறைக்காகக் காத்திருப்பவள் அல்ல. விடுமுறையை உருவாக்குபவள்.'*

★★★

ஜென் ஸீ மக்கள் பயணங்களின் காதலர்கள். ஆனால் அவர்கள் பயணம் செயவதற்கான நோக்கமும், காரணமும் பயணம் செய்யும் இடங்களும் முந்தைய தலைமுறைகளிலிருந்து முற்றிலும் வேறுபட்டதாக இருக்கிறது.

ஏலகிரிக்கு வொர்க்கேஷன் போவது முதல் மேற்குத் தொடர்ச்சி மலைகளில் மைக்ரோ அட்வென்ச்சர் செய்வதுவரை 'பயணம்' என்கிற சொல்லுக்கான அர்த்தத்தை மறுவரையறை செய்து வருகின்றனர் ஜென் ஸீ தலைமுறையினர்.

அன்றாட வேலைகளிலிருந்து சிறு ஓய்வு அல்லது பிரபலமான இடங்களைச் சுற்றிப் பார்ப்பது இவைதான் சுற்றுலா செல்வதற்கான பொதுக் காரணங்களாக இருந்தன. வேலைக்கு இடைவேளை விடுவதற்காகத்தான் பயணம் என்றாலும் அதிலிருந்து விதவிதமான அனுபவங்கள் கிடைக்கவேண்டுமென எதிர்பார்க்கின்றனர் ஜென் ஸீ இளைஞர்கள். பிரபலமான இடங்களைவிட, தனித்துவமான இடங்களைத் தேர்வு செய்கின்றனர்.

வேறுபாடுகள், பயணங்களைத் திட்டமிடுவதிலிருந்து தொடங்குகிறது.

அக்கம்பக்கத்தினர் போன இடங்களைக் கேட்டு, துண்டுப் பிரசுரத்தில் ஐட்டனரியைப் படித்து டிராவல் ஏஜென்ட் மூலம் புக் செய்யும் பழங்கால வழக்கம் அவர்களிடத்தில் இல்லை. ஜென் ஸீ தலைமுறையின் பயணம் தொடங்குமிடம் சோஷியல் மீடியா. ரம்மியமான கோகர்னா கடற்கரையைக் காட்டும் முப்பது விநாடி ரீல் ஒரு திடீர் வீக்கெண்ட் விசிட்டுக்கு விதை போட்டுவிடும். (கூமாப்பட்டியின் பாப்புலாரிட்டியை மறந்துவிட முடியுமா?) இன்ஸ்ட்டா ரீல்ஸும், யூட்யூப் ஷார்ட்ஸும் பயணங்களுக்கு

விதைபோடும் முக்கியமான மூலங்களாக மாறியிருக்கின்றன.

மேக்மைடிரிப், ஏர்பிஎன்பி போன்ற செயலிகள் மூலம் போக்குவரத்து, தங்குமிடம் போன்றவற்றை புக் செய்துவிடுகின்றனர். இந்தப் பயணங்கள் ராணுவ ஒழுங்குடன் முடிய வேண்டும் என்பதில்லை. பெரும்பாலான ஜென் ஸீ இளைஞர்கள், ஊருக்குப் போவதற்கான டிக்கெட்டை மட்டுமே புக் செய்கின்றனர். போகுமிடத்தின் வைப் நன்றாக இருந்தால் தட்பவெப்பம் இதமாக இருந்தால், இன்னும் இரண்டு நாள்கள் சுற்றிப்பார்க்கலாம் என நண்பர்கள் பரிந்துரை செய்தால் பயணத்தை நீட்டித்துக் கொள்கின்றனர். இதுபோன்ற நெகிழ்வுத்தன்மையுடன் கூடிய திட்டமிடல் (ஃப்ளெக்ஸி பிளானிங்) பயணங்களை எளிதாக, கவர்ச்சிகரமானதாக மாற்றியிருக்கிறது.

இப்படி பயணத்தை நீட்டிப்பதால் வேலை பாதிக்கப்படாதா? என்னும் கேள்வி எழலாம். படக்கூடாது என்பதற்காகத்தான் வேலையையும் விடுமுறையையும் ஒன்றிணைத்து 'வொர்க்கேஷன்' எனும் புது கான்செப்ட்டை உருவாக்கி இருக்கின்றனர். கொரோனா ஊரடங்குக்குப் பிறகு பெரும்பாலான ஐடி நிறுவனங்கள், அலுவலகத்துக்கு வரச்சொல்லி வற்புறுத்துவது கிடையாது. அலுவலக வேலைகளை வீட்டிலிருந்து பார்த்தால் என்ன, விடுதியிலிருந்து பார்த்தால் என்ன?

இந்தத் தேவையை உணர்ந்துகொண்ட பல விடுதிகள், அதிவேக இணையம், அமர்ந்து பணிசெய்வதற்குத் தோதான இடம் போன்ற வசதிகளை உருவாக்கி வைத்திருக்கின்றன.

'இரண்டு வாரங்கள் வயநாட்டிலிருக்கும் ஹோம்ஸ்டேவிலிருந்து வேலை பார்த்தேன். மாலை மூன்று மணிக்குள் பணிகளை முடித்துவிட்டு டிரெக்கிங் அல்லது காயக்கிங் செல்வேன். அதிக உற்பத்தித் திறனுடனும், உள அமைதியுடனும் இருந்த நாள்கள் அவை.' பெங்களூருவில் டிஜிட்டல் மார்க்கெட்டராக இருக்கும் ஜென் ஸீ பெண் பகிர்ந்துகொண்ட அனுபவம் இது.

வொர்க்கேஷனைப் போல, ஜென் ஸீ மக்களிடம் பிரபலமாக இருக்கும் மற்றொரு கான்செப்ட் மைக்ரோ அட்வென்ச்சர். வார இறுதி நாள்களிலோ, ஒருநாள் டிரிப்பாகவோ அருகில் ஒளிந்துகொண்டிருக்கும் மாணிக்கங்களைத் (Hidden Gem) தேடிக் கண்டுபிடித்துப் போவது. கூவளம் கடற்கரையில் அலைச்சறுக்கு,

குடியம் குகைகளில் மலையேறுவது, பிச்சாவரம் சதுப்பு நிலக் காடுளுக்குள் படகுச் சவாரி போன்றவை மைக்ரோ அட்வென்ச்சருக்கு உதாரணங்கள்.

இந்தச் சிறு பயணங்கள் அதிகம் செலவு பிடிக்காதவை. மேலும் சுற்றுலாவுக்கு, சாகச அனுபவங்களுக்கு சிங்கப்பூர், பாலிதான் செல்ல வேண்டுமென்பதில்லை, இந்தியாவில் இல்லாத சாகசம் இல்லை என்று நமக்குச் சொல்பவை.

பொதுவாகவே பயணங்களில் சொகுசைவிட அதில் கிடைக்கும் அனுபவங்களுக்கே ஜென் ஸீ இளைஞர்கள் முக்கியத்துவம் தருகின்றனர். காஸ்ட்லி ஹோட்டல்களைக் காட்டிலும் ஹோம்ஸ்டே அல்லது விடுதிகளைத் தேர்ந்தெடுக்கின்றனர். மானாமதுரையில் பானை செய்யக் கற்றுக்கொள்வது, திருவண்ணாமலை வயல்களில் தன்னார்வத்தோடு போய் நாற்று நடுவது என ஒவ்வொரு பயணத்திலும் ஒரு கற்றல், முன் கண்டிராத ஒரு புது அனுபவம் கிடைக்கவேண்டுமென எதிர்பார்க்கின்றனர்.

இளைஞர்களிடம் பரவலாகக் காணப்படும் மற்றொரு முக்கியமான டிரெண்ட் சோலோ டிராவல். வெளியில் புதுப்புது இடங்களைத் தேடிக் கண்டுபிடிப்பது போலவே, அகத் தேடலுக்கும், கண்டடைதலுக்கும் தனித்துச் செல்லும் பயணங்கள் உதவுவதாகச் சொல்கின்றனர். குறிப்பாக ஜென் ஸீ பெண்கள், ஸ்டீரியோடைப் கட்டுப்பாடுகளை உடைத்து அதிகளவில் தனிப்பயணங்களை மேற்கொள்கின்றனர். பாதுகாப்பை உறுதிப்படுத்தும் செயலிகள், பெண்களுக்கு மட்டுமேயான விடுதிகள் போன்றவை அவர்களுக்கு உறுதுணையாக இருக்கின்றன.

ஜென் ஸீ இளைஞர்களின் பயணக் காதல் இந்தியச் சுற்றுலாத் துறைக்கு ஒரு வரம்தான். விமானப் பயண டிக்கெட்டுகளில் இளைஞர்களுக்குச் சலுகை, ரயில் நிலையங்களில் அதிவேக இணையம், தனித்துவமான பயண அனுபவங்களைத் தரும் பேக்கேஜுகள் எனச் சுற்றுலாத் துறையும், தனியார் நிறுவனங்களும் அவர்களை மேலும் ஊக்கப்படுத்துவதற்கான முயற்சிகளை எடுத்துவருகின்றன.

நீங்கள் முப்பது வயது தாண்டிய மில்லினியலோ, அடுத்த சுற்றுலாவைத் திட்டமிட்டுக்கொண்டிருக்கும் பூமரோ

(பழைய விஷயங்களைப் பேசுபவருக்கு வைத்த பட்டப்பெயர் அல்ல, 1946 முதல் 64 வரை பிறந்த தலைமுறை பேபி பூமர் என்றழைக்கப்படுகின்றனர்.) ஜென் ஸீ இளைஞர்களின் சுற்றுலா டைரியிலிருந்து ஏதாவது ஒரு பக்கத்தைப் புரட்டிப் பாருங்கள். நெகிழ்வுத்தன்மை, ஆர்வம், தேடல், சாகசம் என ஏதாவது ஒரு புது அனுபவம் நிச்சயம் கிடைக்கும்.

சரி, இளைஞர்கள் புது அனுபவங்களை, சாகசத்தையும் தேடிப் போவதைப் புரிந்துகொள்ள முடிகிறது. ஆனால் புராதான இடங்களையும், வழிபாட்டுத் தளங்களையும்கூடத் தேடிச் செல்கின்றனர்.

இந்த டிரெண்டைப் பற்றிப் பார்ப்பதற்கு முன்,

ஷ்ரைன்கேஷன் என்கிற சொல்லுக்கு ஸ்பெல்லிங் பார்த்து வைத்துக்கொள்ளுங்கள்.

19. சந்தனக்கூடு ஊர்வலமும் சபரிமலையும்

மெட்ரோவில் பார்த்த ஒரு ஜென் ஸீ பெண் பகிர்ந்துகொண்ட அனுபவம் இது.

'ஒரு வருடத்துக்கு முன் சுற்றுலா என்ற சொல்லைக் கேட்டால் பாலியில் சூரிய உதயம், கோவா கடற்கரை, சொகுசுக் கப்பலில் பயணம்' என்றுதான் சொல்லியிருப்பேன்.

மீட்டிங், டெட்லைன்ஸ், தொடர்பில்லாமல் ஓடிக்கொண்டிருக்கும் ரீல்கள் போன்ற அன்றாடச் சலிப்புகளுக்கு இடையே ஏதோ ஒரு கணத்தில் சுற்றுலாவைப் பற்றிய எண்ணம் அடியோடு மாறியது.

ஓர் இரவு, வழக்கம்போல் இன்ஸ்ட்டா ரீல்களைப் பார்த்துக் கொண்டிருந்தேன். இளைஞர்கள் கேதார்நாத்தின் மலை மீது ஏறும் ரீல் ஒன்று சட்டென்று கவனத்தை ஈர்த்தது. மழைபெய்து நனைந்துகொண்டே சென்றாலும் எல்லோர் முகத்திலும் ஒரு புன்னகை தெரிந்தது.

நிலவொளியில் குளிக்கும் பிருந்தாவனத்தின் பிரேம் மந்திர், வாரணாசியில் ஹர ஹர மஹாதேவ் கோஷங்களுக்கிடையே கங்கை ஆரத்தி என வரிசைகட்டி வந்த வீடியோக்கள் என்னுடைய சிந்தனைப் போக்கை மாற்றியமைத்தன.

பாலியில் பிரேக் எடுப்பது, கோவா கடற்கரையில் செல்ஃபி எடுத்துப் போடுவது போன்றவை வீண் செய்கைகளாகத் தோன்றத் தொடங்கின. பயணங்கள் என்றால் இவற்றையெல்லாம்விட

ஆழமாக, அர்த்தமுள்ளதாக இருக்கவேண்டும். எனவே என்னுடைய பக்கெட் லிஸ்ட் முழுவதும் வாரணாசி, பிருந்தாவனம், ராமேஸ்வரம் என ஷ்ரைன்கேஷன்களாக மாற்றிவிட்டேன்.

★★★

ஜென் ஸீ தலைமுறைக்கு மதம் சார்ந்த சடங்குகளிலும், வழிபாடுகளிலும் நம்பிக்கை இல்லை என்பது பொதுக் கருத்து. அதற்கு முரணாக, வழிபாட்டுத் தளங்களுக்குச் சுற்றுலா செல்லும் டிரெண்ட் ஜென் ஸீ இளைஞர்களிடையே சமீப காலமாகப் பிரபலமடைந்து வருகிறது. பனிப்படலம் சூழ அமைந்திருக்கும் அமர்நாத், வேளாங்கண்ணியின் நெருக்கியடிக்கும் வரிசைகள், ரிஷிகேஷின் தூய்மை போன்ற புனிதத் தலங்கள் ஜென் ஸீ பிள்ளைகளின் சுற்றுலா ரீல்களில் அடிக்கடி இடம்பிடிக்கின்றன.

YouGov இந்தியா மேற்கொண்ட ஒரு கணக்கெடுப்பின்படி, ஐம்பத்தெட்டு சதவீத ஜென் ஸீ இளைஞர்கள் கடந்த இரண்டு வருடங்களில் ஒருமுறையாவது ஆன்மிகச் சுற்றுலாவுக்குச் சென்றிருக்கின்றனர். குடும்ப வழக்கமும் தனிப்பட்ட தேடலும் ஆன்மிகச் சுற்றுலாவுக்கு முக்கியமான வினையூக்கிகள்.

சுற்றுலாத்துறையின் அறிக்கையின்படி ஆன்மிகச் சுற்றுலாக்களில் பங்குபெறும் இளைஞர்களின் எண்ணிக்கை முப்பத்தைந்து சதவீதம் அதிகரித்திருக்கின்றது. இந்தத் திடீர் மாற்றத்துக்குக் காரணம் என்ன?

அதிகப்படியான ஏக்கமும், கவலையும் நிறைந்த தலைமுறை (மோஸ்ட் ஆன்க்ஷியஸ் ஜெனரேஷன்) என ஜென் ஸீ தலைமுறை கருதப்படுகிறது. போட்டிகள் நிறைந்த கல்வி, நிலையில்லாத வேலை, டிஜிட்டல் பர்ன்அவுட் (மின் திரைகளை அதிகப்படியாக உபயோகிப்பதால் விளையும் மனச்சோர்வு) ஆகிய பிரச்சனைகள் உச்ச நிலையில் இருக்கும் காலம் இது. அவற்றிலிருந்து தற்காலிகமாக விடுதலை பெறுவதற்கு ஆன்மிகத் தலங்களை நாடுகின்றனர். ஒத்திசைவுடன் இசைக்கும் மந்திரங்கள், துதிகள், இயற்கையான சூழல், மனத்தை ஒருமுகப்படுத்தும் தியானம், யோகா போன்றவை மன அழுத்தத்தைக் குறைக்க உதவுகின்றன.

'கல்லூரித் தேர்வுகள் முடிந்ததும் ஈஷாவுக்குப் போனேன். கடவுள் நம்பிக்கை என்பதை விட, நோட்டிஃபிகேஷன் சத்தம்

கேட்காமல் மூச்சுவிட, திரைகளைத் தாண்டி இயற்கையைப் பார்க்க, கவனச்சிதறல் இல்லாமல் மனதைக் குவிக்க ஓர் இடம் தேவைப்பட்டது. மூளையை ரீசெட் செய்யும் பயணம் என்றும் இதற்குப் பெயரிடலாம்.' மேனேஜ்மென்ட் படிக்கும் ஒரு கல்லூரிப் பெண்ணின் பதிவு இது.

ஜென் ஸீ இளைஞர்களுக்கு சமூக வலைதளங்கள் மூலம் மிக இளம் வயதிலேயே உலகக் கலாசாரம் அறிமுகமாகிவிடுகிறது. இதனால் சுற்றியிருக்கும் சமூகத்தில் கடைப்பிடிக்கப்படும் நம்பிக்கைகளுக்கும், மேற்கத்திய கலாசாரங்களுக்குமிடையே ஊசலாடும் மனநிலையைக் கொண்டிருக்கின்றனர். ஆன்மிகச் சுற்றுலாக்கள் இந்த ஊசலாட்டத்தைத் தற்காலிகமாக நிறுத்தி வைக்கின்றன. மீனாட்சி திருக்கல்யாணமோ, மகா கும்பமேளாவோ நமது பண்பாட்டின் மீதான ஓர் உறுதிப்பாட்டை அவை வழங்குகின்றன. செல்ஃபி எடுப்பது, இன்ஸ்ட்டா ரீல்கள் போடுவதைத் தாண்டித் தனியாக ஓர் பண்பாட்டு அடையாளம் இந்த ஆன்மீகச் சுற்றுலாக்களில் கிடைப்பதாக உணர்கின்றனர்.

அடுத்ததாக அனுபவம். ஒரு விலையுயர்ந்த பிராண்டட் ஆடையைவிட, முதுகுப்பையுடன் மலையில் ஏறும் அனுபவம் மதிப்புமிக்கது. இன்ஸ்ட்டா, யூட்யூப் போன்ற தளங்கள் ஆன்மிகச் சுற்றுலாவை 'எக்ஸ்பீரியஸ் கன்டென்ட்' என்று வகைப்படுத்துகின்றன. #ஸ்பிரிச்சுவல்_இந்தியா, #கல்ச்சுரல்_டிராவல்எக்ஸ்புளோரர் போன்ற ஹேஷ்டேக்குகள் பல லட்சம் பார்வைகளைப் பெற்றிருக்கின்றன.

குடும்ப வழக்கங்களுக்கும் இதில் பெரும்பங்கு உண்டு. வருடாவருடம் வேளாங்கண்ணித் திருவிழாவுக்குப் போவது, நாகூர் சந்தனக்கூடு ஊர்வலத்தில் கலந்துகொள்வது, சபரிமலைக்கு இருமுடி கட்டுவது என ஒவ்வொரு குடும்பத்துக்கும் ஒரு பாரம்பரிய வழக்கம் இருக்கும். ஆன்மிகச் சுற்றுலா மேற்கொள்ளும் இளைஞர்களில் அறுபத்தேழு சதவீதம் பேர் பெற்றோருடனோ, பெரியவர்களுடனோ சேர்ந்து செல்வதாக *CSDS*-லோக்நிதி நடத்திய ஆய்வு முடிவுகள் தெரிவிக்கின்றன.

ஆன்மிகச் சுற்றுலாவை அதிகம்பேர் மேற்கொள்வதற்கு தொழில்நுட்பமும் ஒரு காரணம். நீங்கள் படித்தது சரிதான்.

தொழில்நுட்ப வளர்ச்சி ஆன்மிகத்திலிருந்து நம்மை விலக்கி வைக்கும் என்று ஒரு நம்பிக்கை உண்டு. உண்மையில் ஈ-சேவா, ரயில்யாத்ரி, டெம்பிள்டிராவல் போன்ற டிஜிட்டல் தளங்கள் பயணத் திட்டமிடுதலை எளிதாக்கியிருக்கின்றன. தரிசனம் செய்யும் நேரம், உள்வழிபாட்டுத் தகவல்கள், அருகிலிருக்கும் தங்குமிடங்கள் போன்ற அனைத்து விவரங்களையும் இப்போது இணையத்தில் தெரிந்துகொள்ளலாம். எதையும் விரல் நுனியில் செய்ய வேண்டும் என விரும்பும் ஜென் ஸீ இளைஞர்களை இந்தத் தொழில்நுட்ப வசதிகள் பெரிதும் ஈர்க்கின்றன.

இறுதியாக மன அழுத்தம். நிதானித்துப் பார்ப்பதற்கு நேரமில்லாமல் ஓடிக்கொண்டே இருக்கும் வாழ்க்கையில் ஏற்படும் விரக்தியையும், வெறுமையையும் போக்கும் புகலிடமாக ஆன்மிகம் இருக்கிறது. வழிபாடுகள் மதச்சடங்குகளைக் கேள்வி கேட்கும் ஜென் ஸீ இளைஞர்கள்கூட தியானம், யோகா போன்றவற்றை விரும்பிச் செய்கின்றனர். துண்டு துண்டான விஷயங்கள் மனத்தை நிரப்பும் இந்தக் காலத்தில் ஆன்மிகம் ஒரு முழுமையை அளிப்பதாகவும், நிஜம் எது பொய் எது என்று பிரித்தறிய முடியா குழப்பங்களுக்கு மத்தியில் பாரம்பரிய வழிபாட்டுத் தலங்கள் ஆழ்ந்த நம்பிக்கையை விதைப்பதாகவும் கருதுகின்றனர். இதனால் பண்பாட்டு நோக்கில் மட்டுமல்லாமல், மனஅமைதி, முழுமை, கவனக்குவிப்பு போன்ற காரணங்களுக்காகவும் ஆன்மிகச் சுற்றுலாவை மேற்கொள்கின்றனர்.

இளைஞர்கள் ஆன்மீகப் பயணம் மேற்கொள்வது நல்ல விஷயம்தான் என்றாலும் இதில் சில சவால்கள் இருக்கத்தான் செய்கின்றன. வணிகமயமாதல், சுற்றுச்சூழல் மாசுபடுதல், தனியாகப் பயணம் மேற்கொள்பவர்களின் பாதுகாப்புப் பிரச்சனை போன்றவை முக்கியமான எதிர்மறை அம்சங்கள். இதை அடையாளம் கண்டு களைவதற்கன முயற்சிகளிலும் ஜென் ஸீ இளைஞர்கள் ஈடுபடுகிறனர். உதாரணம், பசுமை-ஆன்மிகச் சுற்றுலா, பெண்களுக்கான பாதுகாப்புச் செயலிகள்.

மொத்தத்தில் ஆன்மீகத் தளங்களுக்குச் செல்வதை மதம் சார்ந்த சடங்கு என்பதைக் காட்டிலும் பாரம்பரிய வேர்களை அறிந்துகொள்வதாக, சுய கண்டடைதலின் ஒரு பகுதியாகப் பார்க்கின்றனர் ஜென் ஸீ இளைஞர்கள். மலையில் ஏறுவது, மனத்தை ஒருமுகப்படுத்துவது, திரைகளைத் தாண்டிய இயற்கை

அனுபவம் என நவீனத் தேவைகளுக்கேற்ற வகையில் ஆன்மீகச் சுற்றுலாவை ஷ்ரைன்கேஷனாக மாற்றிவிட்டனர்.

சரி, ஜென் ஸீ இளைஞர்கள், பாரம்பரிய வேர்களைத் தேடிச் செல்லும் ஆர்வத்தைப் பற்றிப் பார்த்துவிட்டோம். இதன் இன்னொரு துருவமாக, அயல் நாட்டுக் கலாசாரம் ஒன்றின் மீது அதீத மோகத்துடன் இருக்கின்றனர். அவர்களுடைய உடை, உணவு, அழகுசாதனப் பொருள்கள் எல்லாவற்றையும் முயன்று பார்க்கின்றனர். அங்கு பேசப்படும் மொழியைக் கூட ஆர்வத்துடன் கற்றுக்கொள்கின்றனர். இந்த ஹால்யூவைப் பற்றிப் பார்ப்பதற்கு முன் ஒரு கேள்வி,

'இந்த உலகத்தில், நான் என்னைத்தான் அதிகமாகக் காதலிக்க வேண்டும்.'

'நான் என்னைக் காதலிப்பதை, நீங்கள் தடுக்க முடியாது.'

இந்தத் தத்துவப் பாடல் வரிகளைக் கேள்விப்பட்டிருக்கிறீர்களா?

20. ஹால்யு

தென் கொரியாவில் ஒரு பெரிய ஃபேஷன் நிறுவனத்தின் தலைவியாக இருக்கிறாள் யூன் சே-ரி. ஒருமுறை பாரா கிளைடிங் செய்யும்போது புயலில் மாட்டிக்கொண்டு, வட கொரிய எல்லையில் தரையிறங்குகிறாள். அவளைப் பார்க்கும் ராணுவ வீரன், அதிகாரிகளிடம் காட்டிக்கொடுக்காமல் தனது கிராமத்தில் ஒளித்து வைத்து, தாய்நாட்டுக்குத் திரும்பிச்செல்ல உதவி செய்கிறான். இருவருக்கும் இடையில் காதல் மலர்கிறது. ஆனால் இரு நாடுகளையும் பிரிக்கும் எல்லைக்கோடும், பல ஆண்டுகளாகத் தொடர்ந்து வரும் பகையும் அந்தக் காதலுக்குக் குறுக்கே வந்து நிற்கிறது.

★

ஒரே முகத்தோற்றம் கொண்ட இரட்டையர்கள். ஒரு பெண் அநாதை விடுதியில் கிண்டல் கேலிகளுக்கு உள்ளாகி வளர்கிறாள். இன்னொரு பெண் வசதியான பள்ளியில், நல்ல மதிப்பெண்கள் எடுத்துப் படித்துக்கொண்டிருக்கிறாள். ஒரு விபத்தில் பணக்காரப் பெண் காணாமல் போய்விட அநாதைப் பெண் அவள் இடத்துக்குத் தற்செயலாக வந்து சேர்கிறாள். பெரிய பள்ளியாக இருந்தாலும் அங்கேயும் மாணவர்களுக்கிடையே கேலியும் கிண்டலும் நிறைந்திருக்கிறது. சிக்கலான கல்வியும்

பெற்றோர், ஆசிரியர்களின் எதிர்பார்ப்பும், கூடுதல் அழுத்தத்தை கொடுக்கிறது.

★

சிறுவர் புத்தகம் எழுதும் பெண் எழுத்தாளர் மூன் யங், பொதுவெளியில் உணர்ச்சிகளை மறைத்து இங்கிதமாக நடந்துகொள்ளத் தெரியாதவர். மனநல மருத்துவமனையில் உதவியாளராகப் பணிபுரியும் கேங்-டே, எந்த உணர்வையும் வெளிக்காட்டாமல் மெழுகு பொம்மையைப் போல இருப்பவர். இருவருக்குமே துயரம் நிறைந்த கடந்த காலம் இருக்கிறது. இருவரும் சந்தித்துக் கொள்கின்றனர். துயரத்தை மறைக்காமல் வெளிப்படுத்துவதன் மூலம், உணர்வுகளை மதிப்பதன் மூலம் ஒருவருக்கொருவர் தங்களுடைய பலவீனப் பள்ளங்களை இட்டு நிரப்பிக்கொள்கின்றனர்.

★★★

கொரியாவைத் தாண்டி பல நாடுகளிலும் ரசிக்கப்பட்ட, பரவலாகப் பார்க்கப்பட்ட நாடகங்களின் கதைச் சுருக்கங்கள் இவை. போலவே பிடிஎஸ், பிளாக் பிங்க் போன்ற கொரிய பாப் இசைக் குழுக்களுக்கு உலகெங்கிலும் ரசிகர் பட்டாளம் உண்டு. இப்படி கொரியப் பொழுதுபோக்கு, இசை பெருவாரியாகப் பிற நாடுகளில் விரும்பப்படுவதை ஹால்யூ(கொரிய அலை) என்கின்றனர். இந்தியாவில் இந்த அலையை இழுத்துக்கொண்டு வந்ததில் ஜென் ஸீ தலைமுறைக்குப் பெரும்பங்கு உண்டு.

பாலிவுட், கோலிவுட், மல்லுவுட் கூடுதலாக மெகா சீரியல் என இங்கே பொழுதுபோக்குக்குப் பஞ்சமில்லையென்றாலும், பெருவாரியான ஜென் ஸீ இளைஞர்கள் கொரிய நாடகங்களின் ரசிகர்களாக இருக்கின்றனர்.

ஏன்?

முதல் காரணம் பரவலாக, எளிதாக எங்கும் கிடைப்பது. நெட்ஃப்ளிக்ஸ், அமேசான், யூட்யூப் தளங்களில் இந்தியப் படங்களைப் போலவே கொரிய நாடகங்களும் சப்டைட்டில்களுடன் தாராளமாகக் கிடைக்கின்றன (உடனுக்குடன் டெலிகிராமிலும்).

'யூட்யூபில் ரேண்டமாக ஏதோ பார்த்துக்கொண்டிருந்தபோது ஒரு

பிடிஎஸ் பாடலின் பரிந்துரை வந்தது. அவர்களின் ஒத்திசைவான நடனம் உடனடியாகக் கவர்ந்தது. ஆறு மாதங்களில் நான் கொரியன் கற்றுக்கொள்ளத் தொடங்கினேன், சமூக வலைதளங்களில் அவர்களைத் தீவிரமாகப் பின்தொடர்ந்தேன். நாலைந்து கல்லூரித் தோழிகளை கன்வின்ஸ் செய்து பிடிஎஸ் ஆர்மியில் சேர்த்துவிட்டேன்.' ஒரு கல்லூரிப் பெண்ணின் அனுபவம் இது. பெரும்பாலான ஜென் ஸீ இளைஞர்களும் இப்படித்தான் கொரியப் பொழுதுபோக்குக்கு அறிமுகமாகி இருப்பர்.

இந்தத் 'தாராளமாகக் கிடைக்கும்' விஷயத்தைக் குறைத்து மதிப்பிட்டுவிட முடியாது. பிற மேற்குலக் கலாசாரங்கள் கிராமங்களுக்கும், சிறு நகரங்களுக்கும் சென்று சேர்வதற்கு கணிசமான அளவு முதலீடும், பண்பாட்டுக் கண்காணிப்பாளர்களும் தேவைப்பட்டனர். ஆனால் கொரியப் பொழுதுபோக்கு, நண்பர்களின் பரிந்துரை, அல்காரிதம் எனும் டிஜிட்டல் ஜன்னல் வழியாக எளிதாக உள்ளே நுழைந்துவிட்டது.

அடுத்த காரணம் அழகு. கொரிய நடிகர்களும், பாப்-இசைப் பாடகர்களும் நேர்த்தியாகத் தங்களை வெளிப்படுத்திக்கொள்வதில் அதிகக் கவனம் செலுத்துவர். மாசு மருவற்ற பீங்கான் சருமம், சிறுவர்கள் போன்ற முகம்/உடலமைப்பு, இளமைத் துள்ளல் இவைதான் கொரிய நடிகர்களின் அடையாளம். கொரிய ஆண் நடிகர்கள் 'ஆண்கள் என்றால் இறுகிய தசைகளுடன் விறைப்பாக இருக்க வேண்டும்' எனும் ஸ்டீரியோடைப்பை உடைத்தவர்கள்.

குறிப்பாக கொரிய பாப் இசைப் பாடகர்கள் மேக்கப் போடுவது, சருமப்பாதுகாப்பு முறைகளைப் பின்பற்றுவது போன்றவற்றைத் தயங்காமல் பொதுவெளியில் பகிர்ந்துகொள்பவர்கள். இவை, 'இப்படித்தான் இருக்க வேண்டும்' என்பது போன்ற விதிமுறைகளை உடைக்க விரும்பும் ஜென் ஸீ தலைமுறையினரிடம் பரவலான ஈர்ப்பைப் பெற்றுத் தந்திருக்கின்றன.

கொரிய நாடகங்களின் காட்சியமைப்புகள் கண்களுக்குப் புத்துணர்ச்சி தருபவை. வண்ணமயமான இடங்கள், அங்கிருக்கும் பொருள்கள், நடிகர்கள், அவர்களின் ஆடைத் தேர்வுகள் என ஒவ்வொரு காட்சிச் சட்டகமும் நுணுக்கமான அழகுணர்ச்சியுடன் ஒளிப்பதிவு செய்யப்படுபவை. இவை அன்றாடச் சலிப்பிலிருந்து விடுபட்டு கனவுலகத்தில் வாழும் உணர்வைத் தருகின்றன.

இந்த வண்ணமயமான அழகைத் தாண்டி கொரியத் தொடர்களைத் தொடர்ந்து பார்க்க வைக்கும் முக்கியக் காரணி உணர்வுபூர்வமான கதை சொல்லல் முறை. மனநலம், முதல் காதல், சாதாரண மனிதர்கள் சந்திக்கும் தனிப்பட்ட பிரச்சனைகள், கல்வி தரும் அழுத்தம் என இளைஞர்கள் விரும்பும் கதைக் கருக்களைக் கொண்டவை கொரியத் தொடர்கள். பெண்களின் உணர்வுகளுக்கு மரியாதை கொடுப்பவை. மெல்லுணர்ச்சிகளை அடக்கமாகச் சித்தரிப்பவை.

இந்த நுணுக்கமான உணர்வு வெளிப்பாடு கொரியாவைக் கடந்து உலகில் பல பகுதிகளில் உள்ள இளைஞர்களை ஈர்த்திருக்கிறது. குறிப்பாகப் பாரம்பரிய எதிர்பார்ப்புகளும், நவீன சாத்தியங்களுக்கும் இடையே குழம்பி நிற்கும் இந்திய ஜென் ஸீ தலைமுறை, அதேபோன்ற உணர்வுச் சிக்கல்களை வெளிப்படுத்தும் கொரியக் கதாபாத்திரங்களுடன் எளிதில் தங்களைப் பொருத்திக்கொள்கின்றனர். ஒரு தோல்விக்குப் பிறகு மீண்டெழும் கதாநாயகன், பிடிஎஸ்-ஸின் ‘உங்களை விரும்புக’ பாடல் வரிகள் போன்றவை இவர்களுக்கு ஓர் உணர்வுபூர்வமான ஆதரவை *(emotional support)* அளிக்கின்றன.

அடுத்ததாக வடிவம். ஓடிடி தளங்களில் வருகை ‘பிஞ்ச்-வாட்ச்’ பழக்கத்தைக் கொண்டுவந்தது. அதாவது ஒரு தொடரின் இரண்டு முதல் ஆறு அத்தியாயங்கள் வரை தொடர்ச்சியாகப் பார்ப்பது. இந்த பிஞ்ச்-வாட்ச்சுக்கு உகந்த வடிவத்தில் உட்காருபவை கொரியத் தொடர்கள். வருடக் கணக்கில் ஓடும் மெகா சீரியல்களைப் போலவோ, பல சீசன்களைக் கொண்டிருக்கும் ஹாலிவுட் தொடர்களைப் போலவோ வளவளவென்று இல்லாமல் சராசரியாக 16-20 அத்தியாயங்களைக் கொண்டவை. பெரும்பாலான ஜென் ஸீ இளைஞர்களின் வார இறுதி பிஞ்ச் வாட்ச் தேர்வாக இருப்பவை கொரியத் தொடர்கள்தான்.

மறுபுறம் கே-பாப் உலகம், இசையைத் தாண்டி ரசிகர்களுடன் தொடர்ந்து உரையாடலில் ஈடுபடுகிறது. திரைக்குப் பின் நிகழ்பவை, ரியாலிட்டி ஷோ, சமூக வலைதளங்களில் உரையாடுவது என தினம் ஒரு புது கன்டென்ட்டை உருவாக்கி உலவவிடுகிறது.

பிடிஎஸ் ஆர்மி, பிளிங்க் (பிளாக் பிங்க் விசிறிகள்) எனக் கொரிய பாப்-இசைக்கென்று தனி ரசிக ராணுவமே உண்டு.

எக்ஸ் (டிவிட்டர்), டிக்டொக், இன்ஸ்ட்டா தளங்களில் இவர்களுக்கிடையே கருத்து மோதல்கள், நடனச் சவால்கள், செய்திப் பகிர்வுகள் தொடர்ந்து நடைபெறும். இவை இந்த ரசிகர் படையையும், கொரியப் பொழுதுபோக்கு ஆர்வத்தையும் உயிர்ப்புடன் வைத்திருக்கின்றன.

இவற்றைத் தாண்டி மான்வா (காமிக்ஸ்), அனிமே (மான்வாவின் திரைவடிவம்), கொரிய வெப்டூன் (டிஜிட்டல் காமிக்ஸ்) போன்றவையும் கல்லூரி மாணவர்களிடையே பிரபலமாக இருக்கின்றன.

இந்த ஹால்யூ அலை, பொழுதுபோக்கு என்பதைத் தாண்டி வேறு சில அடிப்படை விஷயங்களிலும் தாக்கம் செலுத்தியிருக்கிறது. அதில் முதன்மையானது ஃபேஷன் துறை. பேஸ்டல் கலர் எனப்படும் மங்கிய நிறங்களில் குறைவான டிசைன் கொண்ட தொள தொள ஆடைகளும், பெரிய கண்ணாடிகளும், பக்கெட்டைக் கவிழ்த்தது போன்ற தொப்பியும் கொரியாவிலிருந்து இறக்குமதியாகி இங்கே ஜென் ஸீ இளைஞர்களால் கொண்டாடப்படும் ஃபேஷன் போக்குகள். போலவே, டென் ஸ்டெப் ஸ்கின் கேர் ருட்டீன், ஷீட் மாஸ்க் போடுவது சன் ஸ்கிரீன் பூசிக்கொள்வது போன்ற கொரிய சருமப் பராமரிப்புப் பழக்கங்கள் ஜென் ஸீ ஆண்களுக்கு மத்தியிலும் பிரபலமாக இருக்கின்றன.

டுலிங்கோ செயலியில் இளைஞர்கள் விரும்பிக் கற்றுக்கொள்ளும் டாப்-5 மொழிகளில் ஒன்றாகக் கொரிய மொழியும் இடம்பிடித்திருக்கிறது.

கொரிய சீஸ் பன், ராமென், ஃப்ரைடு சிக்கன், கிம்ச்சி போன்ற உணவுகள் இங்கே அதிகம் விரும்பப்படுகின்றன. ஸ்விக்கி வெளியிட்டுள்ள ஓர் அறிக்கையின்படி கொரிய உணவுகளை வாங்குபவர்களில் பெரும்பான்மையானர்வர்கள் ஜென் ஸீ தலைமுறையினர்தாம்

பிற கலாசாரங்களைப் பற்றித் தெரிந்துகொள்வதில் உள்ள ஆர்வத்தையும், விருப்பத்தையும் குறைசொல்ல முடியாது என்றாலும் எதிர்ப்புறத்தில் இந்த ஆர்வமும், பற்றுதலும் நமது கலாசாரத்தின் மீது இளைஞர்களுக்கு இல்லை எனும் குற்றச்சாட்டு வைக்கப்படுகிறது.

உலகமே கைக்குள் சுருங்கிவிட்ட நிலையில் பிற கலாசாரங்களின் அறிமுகத்தையும், பரவலையும் தவிர்க்க இயலாது என்பதே நிதர்சனம்.

சரி, கொரிய அலையைப் பற்றி விரிவாகப் பார்த்துவிட்டோம். பணத்தைக் கையாளுவதில் ஜென் ஸீ இளைஞர்கள் உருவாக்கி வரும் டிஜிட்டல் அலையைக் குறித்து அடுத்ததாகப் பார்ப்போம்.

முன்னதாக ஒரு கேள்வி,

ஃபின்ஃப்ளுயன்ஸர்கள் யாரென்று தெரியுமா?

21. பணமில்லாத பர்ஸ்

ஷேர் ஆட்டோக்களில் ஆரம்ப டிக்கெட் விலை இப்போது பத்து ரூபாய். பாரிஸ் கார்னர் அலுவலகத்துக்கு மாற்றலாகியபின் தினமும் ஷேர் ஆட்டோவில்தான் பயணம்.

'அவர்களிடம் மீதிப் பணத்தைக் கேட்டு ஆட்டோவை நிறுத்தி வைத்துச் சண்டை போட்டுக்கொண்டிருக்க முடியாது. எப்போதும் சில்லறையாக மாற்றி வைத்துக்கொள்' இதுதான் சீனியர் ஊழியர்கள் எனக்குச் சொன்ன முதல் அறிவுரை. சில்லறை இல்லாமல் சென்ற ஒரு நாள் தனி ஆட்டோ பிடித்து அறுபது ரூபாய் அழுத அனுபவமும் உண்டு.

சில ஆட்டோக்களில் டிரைவர் சீட்டுக்கு மேலே 'நோ ஜி பே, நோ போன் பே' என்று அட்டையில் எழுதித் தொங்கவிட்டிருப்பர். ஆட்டோ என்றால்கூடப் பரவாயில்லை, ஷேர் ஆட்டோவுக்குப்போய் யாராவது ஜி பே செய்வார்களா? என்று தோன்றி இருக்கிறது.

ஒருநாள் காலை 'எங்கிட்ட காசே கிடையாது, எல்லாம் இந்த ஃபோனுக்குள்ளதான் இருக்கும். எதுனா சாப்பிடறதுன்னா சொல்லுங்க, பக்கத்துல ஏதாவது கடையில வாங்கித்தரேன்.' பிச்சைக் கேட்ட பாட்டியிடம் மொபைலைக் காட்டிச் சொல்லிக் கொண்டிருந்தாள் ஒரு ஜென் ஸீ பெண். அந்தப் பாட்டி முறைத்துப் பார்த்து நகர்ந்துவிட்டார்.

என்னோடுதான் அவளும் ஷேர் ஆட்டோவில் ஏறினாள். ஆட்டோ கிளம்பிய சில விநாடிகளில் 'அண்ணா ஜி பே நம்பர் சொல்லுங்க...' என்றாள். அடுத்த பத்து நொடிகளில் ஒரு டிங் சத்தம் கேட்டது. 'அண்ணா... பணம் அனுப்பிட்டேன் பார்த்துக்கங்க,' மொபைலைத் திருப்பிக் காட்டிவிட்டு இறங்கிவிட்டாள்.

என்னிடமும் ஜி பே, பேடிஎம் எல்லாம் இருக்கிறது. ஆனால் ஓடிக்கொண்டிருக்கும் ஆட்டோவில், 5ஜி வேகத்தில் பத்து ரூபாய்க்கு ஜி பே செய்யும் காட்சியை அதற்குமுன் கற்பனை கூட செய்து பார்த்ததில்லை.

★★★

டிஜிட்டல் பணப்பரிவர்த்தனைகளைக் கொஞ்சம் கொஞ்சமாக ஏற்று, பயன்படுத்தப் பழகிக்கொண்டிருக்கும் பிற தலைமுறைகளைப் போலில்லாமல் அதனுடனேயே வாழ்ந்துகொண்டிருப்பவர்கள் ஜென் ஸீ இளைஞர்கள். இவர்களில் 56% பேர் தினசரி யுபிஐ பேமெண்ட்டையோ, மொபைல் வாலெட்டுகளையோ பயன்படுத்துவதாகச் சொல்கிறது ஓர் ஆய்வு.

பணப்பரிவர்த்தனைக்கு மட்டும்தான் என்றில்லை, அலைபேசிச் செயலிகளின் வழியாக முதலீடு செய்வது, யூட்யூப் வீடியோக்களின் மூலம் நிதி மேலாண்மையைக் கற்றுக்கொள்வது எனப் பணத்தைப் பெரும்பான்மையாக டிஜிட்டல் வழியாகவே கைக்கொள்கிறது ஜென் ஸீ தலைமுறை.

பர்ஸைத் தவிர, பையின் உள் அறையில் கொஞ்சம் சில்லறை வைத்துக்கொள், ஏதாவது ஓர் இக்கட்டு வந்தால் யாரிடமும் கையேந்தாமல் சமாளிக்கலாம் என்று வழக்கமாகப் பெரியவர்கள் அறிவுரை சொல்வார்கள். ஆனால் இப்போது ஜென் ஸீ இளைஞர்கள் பர்ஸில் கூடப் பணம் வைத்துக்கொள்வதில்லை. அது பற்றிக் கவலைப்படுவதுமில்லை. பத்து ரூபாய்க்கு உப்புக்கடலை வாங்குவதாக இருந்தாலும் சரி, பத்தாயிரம் ரூபாய்க்கு பிராண்டட் ஆடைகள் வாங்குவதாக இருந்தாலும் சரி இவர்களின் முதல் தேர்வு யுபிஐ அல்லது மொபைல் வாலெட்டுகளாகத்தான் இருக்கின்றன.

மேலும் குழுவாகச் செல்லும்போது செய்யும் செலவுகளை நண்பர்களின் செயலிகளின் மூலமாகப் பகிர்ந்து பணம்

செலுத்துகின்றனர். நண்பர்கள் உறவினர்களுக்குப் பணம் அனுப்புவது, பணம் பெறுவது எதுவாக இருந்தாலும் டிஜிட்டல் பரிவர்த்தனைக்கே முன்னுரிமை தருகின்றனர்.

'எனக்கு செக் புத்தகத்தை எப்படிப் பயன்படுத்துவது என்றே தெரியாது. அப்பா சில தடவை சொல்லிக்கொடுத்திருக்கிறார். ஆனால் மொபைல் ஆப் மூலம் உடனடியாக பணத்தை அனுப்பிவிட முடியும். அப்படி இருக்கும்போது வங்கிக்குப் போய் ஏன் வீணாக நேரத்தைச் செலவழிக்க வேண்டும்?' எங்கள் வங்கிக்கிளை மேலாளரின் ஜென் ஸீ மகள் கேட்ட கேள்வி இது.

சில்லறையாக மாற்றிவைத்திருக்க வேண்டிய அவசியமில்லை, பணத்தின் பாதுகாப்பு குறித்த கவலையில்லை போன்ற வசதிகள்தான் பிரதானம் என்றாலும் ரிவார்ட் பாயிண்ட்கள், டிஸ்கவுண்ட் கூப்பன்கள், கேஷ் பேக் சலுகைகள் போன்ற கூடுதல் அம்சங்கள் டிஜிட்டல் பணப்பரிவர்த்தனையைக் கவர்ச்சிகரமாக மாற்றியிருக்கின்றன.

செலவுகள் மட்டுமல்ல, சேமிப்பு, முதலீடு போன்றவற்றையும் டிஜிட்டல் தளங்களில் இருந்தே தொடங்குகின்றனர். *SIP* மற்றும் மியூச்சுவல் ஃபண்ட்ஸ் இவை இரண்டுமே ஜென் ஸீ இளைஞர்களின் முதலீட்டுப் பட்டியலில் முதலிடத்தில் இருக்கின்றன. *CAMS* அமைப்பின் ஆய்வுப்படி, கடந்த ஐந்து ஆண்டுகளில் புதிதாக மியூச்சுவல் ஃபண்ட்ஸில் முதலீடு செய்திருப்பவர்களில் ஐம்பத்து நான்கு சதவீதம் பேர் ஜென் ஸீ தலைமுறையினர்தாம். கட்டணம் ஏதுமின்றி, சிறு தொகையை ஏற்றுக்கொள்ளும் ஸீரோதா, க்ரோ போன்ற செயலிகளின் வாயிலாகப் பெருவாரியாக முதலீடு செய்கின்றனர்.

இது தவிர, பங்குச் சந்தை, கிரிப்டோ கரன்சி, *NFT* போன்றவற்றைக் குறித்து தெரிந்துகொள்வதிலும், சிறிய முதலீடுகளிலும் அதிக ஆர்வம் காட்டுகின்றனர்.

நீண்ட கால முதலீடுகளைப் பொறுத்தவரையில் பிபிஎஃப், எஃப்டி போன்ற பாதுகாப்பான திட்டங்களுக்கே முன்னுரிமை தருகின்றனர். ரியல் எஸ்டேட், தங்கம் போன்ற காஸ்ட்லியான, சிக்கல் நிறைந்த முதலீடுகளைத் தவிர்த்துவிடுகின்றனர்.

எதில் முதலீடு செய்யலாம், எந்தப் பங்குகளை வாங்கலாம் என்பது போன்ற சந்தேகங்களுக்கு இவர்கள் நாடுவது யூட்யூப் யூனிவர்சிட்டியைத்தான். அங்குர் வாரிக்கூ, ஷரன் ஹெக்டே, நேஹா நகர் போன்ற நிதிச் செல்வாக்காளர்கள் *(Finfluencers)* நிதி மேலாண்மையைச் சிறு சிறு துண்டுகளாக உடைத்துக் கற்றுத்தருகின்றனர். எளிதாகப் பின்பற்றக்கூடிய முதலீட்டு ஆலோசனைகளையும் வழங்குகின்றனர். இன்ஸ்டாகிராம் ரீல்ஸ், பாட்காஸ்ட், நண்பர்களின் மூலமாகவும் நிதியாலோசனைகளைப் பெற்றுக்கொள்கின்றனர்.

செலவு செய்வதற்கு மட்டும்தான் என்று இல்லை. செலவுகளைக் கண்காணிப்பதிலும் திறன்பேசிச் செயலிகளையே பயன்படுத்துகின்றனர். மனி வியூ, ஆக்ஸியோ போன்ற செயலிகள், எதற்காக அதிகம் செலவு செய்கிறோம் என்பதைச் சொல்வதோடு மாதாந்திர பட்ஜெட்டை நிர்வாகம் செய்வதற்கும் உதவியாக இருக்கின்றன.

வங்கிக் கணக்குகளைப் பொறுத்தவரை, நேரடியாகச் செல்லத் தேவையில்லாத, செயலிகளில் எல்லா வசதிகளையும் வழங்கக் கூடிய வங்கிகளையே தேர்வு செய்கின்றனர். வங்கிச் சேவைகளை ஆன்லைனில் எப்படிப் பயன்படுத்துவது என்பது குறித்துப் பெற்றோர்களுக்குக் கற்றுக்கொடுப்பதும் பெரும்பான்மையாக இவர்கள்தான்.

வசதிகள் நிறைய இருப்பினும் மறுபுறம் சவால்களும் இதில் நிரம்பியிருக்கின்றன. முதன்மைச் சவால் குறைவான தகவலறிவு. வீடியோக்கள் மூலம் மேலோட்டமாக விஷயங்களைத் தெரிந்துகொண்டு பொருந்தாத் திட்டங்களில் முதலீடு செய்வதால் எதிர்பாராத நட்டங்கள் ஏற்படலாம்.

கணிசமான அளவு ஜென் ஸீ இளைஞர்கள் கண்டென்ட் உருவாக்கம், ஆன்லைனில் பயிற்சி வகுப்புகள், டெலிவரி சேவைகள் போன்ற பக்கவாட்டுப் பணிகளின் மூலமே வருமானம் ஈட்டுகின்றனர். இவற்றில் கிடைக்கும் குறைந்த வருமானம் நிலையற்ற குறுகிய கால முதலீடுகளுக்கு வழிவகுக்கிறது.

போலவே டிஜிட்டல் பணப்பரிவர்த்தனைகளில் கண்ணுக்குத் தெரியாத சைபர் குற்றங்கள் நிகழ்வதற்கான சாத்தியங்களும் ஏராளம்.

சாவல்கள் இருந்தாலும், முந்தைய தலைமுறைகளைப் போலில்லாது இளம்வயதிலேயே நிதி மேலாண்மை குறித்த விழிப்புணர்வு கொண்டிருப்பதும், முதலீடு, சேமிப்பு, டிஜிட்டல் பேமென்ட் போன்றவற்றைத் தன்னார்வத்துடன் கற்றுக்கொண்டு செயல்படுத்துவதும் பாராட்டப்பட வேண்டிய விஷயங்களே.

நிதி மேலாண்மை என்பது சிலருக்கு மட்டுமே கைவரும் சிக்கலான கலை என்று ஒதுக்கிவிடாமல், வாழ்க்கைக்குத் தேவையான அடிப்படைத் திறனாகப் பார்ப்பதை ஜென் ஸீ இளைஞர்களின் தனித்துவமான குணமாகவும் சொல்லலாம்.

சரி. பணத்தைச் செலவழிக்கும் சேமிக்கும் டிஜிட்டல் செயலிகளைப் பார்த்துவிட்டோம். ஜென் ஸீ தலைமுறையினர் அதிகம் பயன்படுத்தும் பிற செயலிகளைக் குறித்து அடுத்ததாகப் பார்க்கலாம்.

டீசர் கேள்வி.

ஜென் ஸீ தலைமுறையின் சராசரித் திரை நேரம் எவ்வளவு தெரியுமா?

22. எட்டு விநாடிகள்

கறுப்பு, வெள்ளை, நீலம் ஏதோ ஒரு நிறம் காதின் ஓட்டைக்குள் பொருந்தியிருக்கும். கவனம் முழுவதும், ஒரு கையால் அலட்சியமாகப் பிடித்த செல்பேசியில் குவிந்திருக்கும். வாட்ஸப் குளத்தில் கட்டைவிரல் மீன் போல லாகவமாக நீச்சலடிக்கும். பதில் வரும்வரை காத்திராமல் அடுத்த நொடி இன்ஸ்டாவுக்குத் தாவும். ஸ்டோரீஸ், படங்கள், ரீல்கள் இரண்டு நொடிகளுக்கு ஒருமுறை தள்ளப்படும். இடையில் ஸ்பாட்டிஃபையில் பாடல்கள் மாறும். அல்லது டெலிகிராமில் தரவிறக்கிய கொரிய சீரியல் சப்டைட்டிலுடன் ஓடத் தொடங்கும்.

★★★

இது மெட்ரோ ரயிலில் அடிக்கடி பார்க்கும் காட்சி. ஐந்து விநாடிக்குள் நாலைந்து தளங்களுக்குத் தாவிச் செல்வதும், ஒரே தளத்தில் ஐந்து நொடிக்குள் ஐம்பது முறை படங்களை மாற்றுவதும் இவர்களுடைய இயல்பு. ஒரு விஷயத்தில் கவனத்தைக் குவித்து இவர்கள் பார்க்கும் நேரம் (அட்டென்ஷன் ஸ்பேன்) அதிகபட்சம் எட்டுவிநாடிகள்தான். இது தங்கமீனின் அட்டென்ஷன் ஸ்பேனைக் காட்டிலும் ஒரு நொடி குறைவு.

முந்தைய தலைமுறையினரைப் போல சமூக வலைதளங்கள் வந்ததும் அதைப் பயன்படுத்தக் கற்றுக்கொண்டவர்கள் அல்ல ஜென் ஸீ தலைமுறையினர். அவற்றுடனே வளர்ந்தவர்கள்.

அவர்களுக்கு டிஜிட்டல் வாழ்க்கையும் நிஜ வாழ்க்கையும் வேறு வேறானவை அல்ல.

புது அடையாளங்களைக் கண்டடைவது, உறவுகளுடன் இணைந்திருப்பது, வேலை தேடுவது, முக்கியமான விஷயங்களைப் பகிர்ந்துகொள்வது என அவர்களது அன்றாடங்கள் பெரும்பான்மையாக டிஜிட்டல் தளங்களிலேயே நிகழ்கின்றன. எந்தத் தளங்களை அதிகம் பயன்படுத்துகின்றனர், அவற்றை எப்படிக் கையாள்கின்றனர் என்பதைக் குறித்துத் தெரிந்து கொள்வது அவர்களைப் பற்றி ஆழமாகப் புரிந்துகொள்வதற்கு உதவும்.

இன்ஸ்டாகிராம்

ஜென் ஸீ இளைஞர்களின் முதன்மைக் காட்சி ஊடகமாக விளங்குவது இன்ஸ்டாதான்.

கல்லூரியில் சேர்ந்தது, வேலை கிடைத்தது, புது உறவு அமைந்தது போன்ற முக்கியமான வாழ்க்கை நிகழ்வுகளையும், சாதனைகளையும், அழகான புகைப்படங்களையும் இங்கே பகிர்ந்துகொள்கின்றனர்.

இருபத்து நான்கு மணி நேரத்தில் மறைந்துவிடும் இன்ஸ்டா ஸ்டோரிகளில் அன்றாடச் செய்திகளை, நிகழ்வுகளைச் சொல்கின்றனர்.

வைரல் டிரெண்ட்டுகளைப் பின்பற்றி குறு வீடியோக்களைத் (ரீல்ஸ்) தயாரிக்கின்றனர்.

நெருங்கிய நண்பர்களுக்கு மட்டும் தெரியும் வகையில் அந்தரங்கமான விஷயங்களைப் பகிர்கின்றனர்.

வாட்ஸப்

அன்றாட உரையாடல்களுக்குப் பயன்படுத்துகின்றனர். குடும்பத்தினருடன், உறவினர்களுடன் வாட்ஸப் குழுக்களில் இணைந்திருக்கின்றனர். உறவுகளில் நடைபெறும் முக்கியமான நிகழ்வுகளை இதன் மூலமே தெரிந்துகொள்கின்றனர்.

நண்பர்களுக்கென்று பல குழுக்கள் உண்டு. பள்ளி, கல்லூரியில் ஒரே ஆண்டு படித்தவர்கள், ஒரே பிரிவில் படித்தவர்கள், அதில்

குழுவாக இருந்த பத்துப் பேர், பத்துப் பேரில் நெருங்கிப் பழகிய நால்வர் என அதில் விதவிதமான உப குழுக்கள் இருக்கும்.

பிடித்த சினிமா, இசை, பொழுதுபோக்கு அரட்டைகளில் தொடங்கி, மேற்படிப்புகள், வேலைவாய்ப்புகள் தொடர்பான தகவல்கள்வரை வாட்ஸப் குழுக்களில் பகிர்ந்துகொள்ளப்படுகின்றன.

யூட்யூப்

எந்த விஷயத்தைப் பற்றிக் கற்றுக் கொள்வதற்கும் ஜென் ஸீ தலைமுறையின் முதன்மைத் தேர்வாக இருப்பது யூட்யூப் வீடியோக்கள்தான். கடினமான சூத்திரங்களையும், தேற்றங்களையும் வல்லுநர்கள் எளிதாக விளக்கும் வீடியோக்கள் மாணவர்கள் மத்தியில் பிரபலமாக இருக்கின்றன. வரைபடங்கள் போட்டு காட்சியாக விரியும் பாடங்கள் அவர்கள் மனத்தில் எளிதாகப் பதிகின்றன. பல வீடியோக்கள் இலவசமாகவே கிடைப்பதும் இதன் பிரபலத்தன்மைக்குக் காரணம்.

அடுத்ததாக காமெடித் துணுக்குகள், பிடித்த திரைப்படக் காட்சிகள், புதிதாக வெளியாகும் பாடல் காட்சிகள், பரவலாகப் பார்க்கப்படுகின்றன.

ஒரு பொருளை வாங்குவதற்கு முன் அது குறித்த (விமர்சனம்) ரிவ்யூ, பரிந்துரைகளுக்கு யூட்யூப் வீடியோக்களையே நாடுகின்றனர்.

தமிழ், தெலுங்கு, மலையாளம் போன்ற வட்டார மொழிகள் சார்ந்த கலாசார, பொழுதுபோக்கு வீடியோக்களின் தாயகம் யூட்யூப்தான்.

ஸ்நாப்சாட்

உலகளவில் ஸ்நாப்சாட்டைப் பயன்படுத்துபவர்கள் குறைவுதான் என்றாலும் இந்தியாவில் ஜென் ஸீ இளைஞர்கள் அதிகம் பயன்படுத்தும் செயலியாக அது இருக்கின்றது.

நண்பர்களுடன் தனிப்பட்ட நிகழ்வுகளைப் பகிர்ந்துகொள்வதற்கும், யானைத் தும்பிக்கை, பெரிய தாடி, தலைப்பாகை போன்ற வேடிக்கையான ஸ்டிக்கர்களைக் கொண்டு முகத்தை மாற்றி விளையாடுவதற்கும், தொடர்ந்து பதிவிட வேண்டும் என்கிற கட்டாயமின்றி அன்றாட நிகழ்வுகளை கேஷுவலாக அப்டேட்

செய்வதற்கும், நெருங்கிய நண்பர்களுடன் தினமும் புகைப்பட, வீடியோ துணுக்குகளைப் பகிர்ந்து (ஸ்நாப்ஸ்ட்ரீக்) கொள்வதற்கும் ஸ்நாப்சாட்டைப் பயன்படுத்துகின்றனர்.

இந்தியாவில் இதற்கு 25 கோடிப் பயனர்கள் இருக்கின்றனர். அவர்களில் தொண்ணூறு சதவீதம் ஜென் தலைமுறையினர்தான்.

லிங்க்டின்

வேலைச் சந்தையில் நுழைவதற்குமுன் தொழில்சார்ந்த ஒரு வலைப்பின்னலை உருவாக்குவதற்கு, கல்வியில், பணியிடங்களில் அடைந்த சாதனைகளைப் பகிர்ந்து கொள்வதற்கு, பெரு நிறுவனங்களின் தலைவர்களைப் பின்தொடர்வதற்கு, வேலைச் சந்தையின் எதிர்பார்ப்புகளை, புதிய தேவைகளை அறிந்துகொள்வதற்கு, தம் திறன்களைப் பற்றிய அடையாளத்தை (பெர்சனல் பிராண்டிங்) ஏற்படுத்துவதற்கு இதைப் பயன்படுத்துகின்றனர்.

பெரியவர்களுக்கான இடம் எனும் பொதுக்கருத்து நிலவுவதால் ஜென் ஸீ தலைமுறை ஃபேஸ்புக்கைச் சீந்துவதில்லை.

பிற தலைமுறையினரைப் போல இவர்கள் சமூக வலைதளங்களைப் பார்ப்பதுடன் நிறுத்திக்கொள்வதில்லை. புகைப்படங்கள், வீடியோக்கள், ரீல்கள் என விதவிதமான கன்ட்டென்டுகளை உருவாக்குகின்றனர். எந்தத் தளத்தில் எந்த வகை கன்டென்ட்டைப் போட வேண்டும், எந்த நேரத்தில் போட்டால் அதிகம்பேரைச் சென்றடையும் போன்ற அல்காரித நுணுக்கங்களையும் தெரிந்து வைத்திருக்கின்றனர்.

கைவினைப் பொருள்களை இன்ஸ்டாகிராம் DM (டைரக்ட் மெசேஜ்) மூலமாக விற்பனை செய்வது, பிராண்டுகளை விளம்பரம் செய்யும் ஸ்பான்சர்ஷிப், ரீல்களை எடிட் செய்து தருவது என சமூக வலைதளங்களில் இயங்குவதன் மூலமாக சம்பாதிக்கவும் செய்கின்றனர்.

சமூக வலைதளங்களில் பல புதிய உறவுகளும் உருவாகின்றன. பொதுவாகப் பின்தொடருவது, ஒத்தக் கருத்துகள், விருப்பங்கள் கொண்டவரைத் தொடர்ந்து கவனிப்பது, DM செய்வது, பின்னர் வாட்ஸப் எண்கள் பரிமாறப்படுவது என இவர்களுடைய உறவுகள்

டிஜிட்டல் தளங்களின் வழியாகவே வளர்கின்றன. பிரேக்கப் நிகழ்வதையும், அதிலிருந்து மீண்டுவரும் பயணங்களையும்கூட சமூக வலைதளங்களில் ஆவணப்படுத்துகின்றனர்.

பெருநகரங்களில் இருக்கும் ஜென் ஸீ தலைமுறை, சர்வதேச வாழ்க்கைமுறையையும், பொழுதுபோக்குகளையும் விரும்பிப் பார்க்கின்றனர். உலகளாவிய டிரெண்டுகளைத் தெரிந்துகொள்வதில் ஆர்வம் காட்டுகின்றனர்.

சிற்றூர்களில், உள்ளூர் கலாசாரத்தைப் பேசும் வட்டார மொழி கன்டென்ட்டுகள் அதிகம் பார்க்கப்படுகின்றன. மோஜ், டகாடக் போன்ற இந்தியச் செயலிகளைப் பயன்படுத்துகின்றனர். வாட்ஸப் குழுக்கள்தான் முதன்மைத் தகவல் பரிமாற்றக் களமாக இருக்கின்றன.

சிற்றூர் முதல் மெட்ரோ நகரங்கள்வரை டிஜிட்டல் தளங்களை அதிகம் பயன்படுத்துபவர்கள் ஜென் ஸீ தலைமுறையினர்தான். இவர்களின் சராசரித் திரை நேரம் ஐந்து முதல் ஏழு மணி நேரமாக இருக்கிறது. இதனால் அவற்றின் பக்கவிளைவுகளை அதிகம் எதிர்கொள்பவர்களும் இவர்களே.

வலைதளங்களில் கொட்டிக்கிடக்கும் எண்ணற்ற தகவல்கள் மூளைச் சோர்வை விளைவிக்கும். பிறருடன் ஒப்பிட்டுப் பார்த்து தாழ்வுணர்ச்சி கொள்ளச் செய்யும். பிறருடைய வாழ்க்கை அனுபவங்களையும், சாதனைகளையும் தொடர்ந்து பார்க்கும்போது தனக்கு அதுபோல் நிகழவில்லையே எனும் *FOMO (Fear of Missing out)* பதற்றம் ஏற்படும். தொடர்ந்து படிக்க முடியாமல் வேலையைச் செய்யமுடியாமல் கவனம் சிதறும்.

இந்தப் பாதிப்புகள் குறித்த விழிப்புணர்வும் இவர்களிடத்தில் பரவலாக இருக்கிறது. திரை நேரத்தைக் கண்காணிக்கும் செயலிகள், ஒவ்வொரு தளத்துக்கும் கட்-ஆஃப் டைம் வைத்துக்கொள்வது, வாரத்துக்கு ஒருமுறை டிஜிட்டல் டீட்டாக்ஸ் செய்வது என இந்த விளைவுகளைக் குறைக்க முடிந்தவரை முயற்சி செய்கின்றனர்.

சமூக வலைதளங்கள் வெறும் பொழுதுபோக்கு ஊடகங்களாக மட்டும் இல்லாமல், ஜென் ஸீ தலைமுறையினர் தினசரிப் பயன்படுத்தும் களமாக, அத்தியாவசியத் தேவையாக அவர்களுடைய அன்றாட வாழ்க்கையுடன் பின்னிப் பிணைந்திருப்பதைப் பார்த்தோம்.

இவ்வளவு விசுவாசமாக இருக்கும் இளைஞர்களைத் தொடர்ந்து தக்கவைத்துக்கொள்ள சமூக வலைதளங்கள் என்ன செய்கின்றன? டிஜிட்டல் தொழில் முனைவர் என்னும் கவர்ச்சிகரமான புதுச் சந்தையை உருவாக்கி அளித்திருக்கின்றன.

அது குறித்து விரிவாகப் பார்ப்பதற்குமுன், டீசர் கேள்வி.

எஸ் காமர்ஸ் பற்றிக் கேள்விப்பட்டிருக்கிறீர்களா?

23. டிஜிட்டல் தொழில் முனைவோர்

மீராவுக்கு மிகப் பிடித்த விஷயம் ஷாப்பிங் செய்வது. காஸ்ட்லியான கடைகளில் நாசூக்காக வாங்குவதைக் காட்டிலும் சிறுசிறு கடைகளுக்குச் சென்று, அங்கே குவிந்திருக்கும் பொருள்களிலிருந்து க்யூட்டான ஒரு ஐட்டத்தைத் தேடிப் பிடித்து வாங்குவது அவளது வழக்கம்.

ஒருமுறை அப்படி வாங்குவதைத் தோழியின் உதவியுடன் வீடியோ எடுத்து இன்ஸ்டாவில் போட்டாள். இந்தக் கடை எங்கே இருக்கிறது? இந்த க்ளிப் என்ன விலை? என்று கமெண்ட்டில் வந்த கேள்விகளுக்கெல்லாம் பொறுமையாகப் பதில் சொன்னாள்.

பிறகு ஒவ்வொரு முறை ஷாப்பிங் போகும்போதும் கடையின் பெயர், இருக்குமிடம் பொருளின் விலை போன்றவற்றைச் சொல்லி வீடியோ போடத் தொடங்கினாள்.

மளமளவெனப் பின்தொடர்பவர்களின் எண்ணிக்கை பத்தாயிரத்தைத் தொட்டது. 'எங்கள் கடைக்கு வந்து வீடியோ போடுங்கள், எங்கள் பிராண்ட் ஃபேஸ்வாஷைப் புரமோட் செய்யுங்கள்' என்பது போன்ற வணிக அழைப்புகள் வரத் தொடங்கின. அலுவலகத்தில் கிடைக்கும் சம்பளத்தைக் காட்டிலும் இதில் கூடுதல் வருமானம் கிடைத்தது.

வேலையை உதறிவிட்டு, முழுநேரமாக இதில் இறங்கினாள் மீரா. பிற கிரியேட்டர்களுடன் இணைந்து விதவிதமான கன்டென்ட்டுகளை உருவாக்குவது, புராடக்ட் லாஞ்ச் செய்வது, அழகுசாதனப் பொருள்களைப் பரிந்துரைப்பது எனக் குறுகிய காலத்துக்குள்ளாகவே பிஸியாகிவிட்டாள்.

கன்டென்ட் யோசனைகளுக்கு, வீடியோ எடுப்பதற்கு எடிட் செய்வதற்கு, பிராண்டுகளிடம் பேசுவதற்கு என நான்கு பேரை பணிக்கு அமர்த்தி, டிஜிட்டல் தொழில்முனைவராக இன்று உயர்ந்து நிற்கிறாள்.

★★★

இன்ஃப்ளூயன்சர்களைப் பற்றியும், இளைஞர்களை ஈர்க்கும் துறையாக இன்ஃப்ளூயன்சர் சந்தை இருப்பது குறித்தும் இரண்டாவது அத்தியாயத்திலேயே பார்த்தோம். அந்தச் சந்தைக்குள் இளைஞர்கள் எப்படி நுழைகின்றனர், நுழைந்தவர்கள் எப்படித் தம்மை வெற்றிகரமாக நிலைநிறுத்திக்கொள்கின்றனர் என்பது போன்ற விஷயங்களை இந்த அத்தியாயத்தில் தெரிந்து கொள்ளலாம்.

கடந்த ஆண்டு இந்தியாவின் கிரியேட்டர் எக்கானமியின் மதிப்பு சுமார் பன்னிரெண்டாயிரம் கோடி ரூபாய். இந்தப் பொருளாதாரத்தின் பெரும்பான்மைப் பங்களிப்பாளர்கள் ஜென் ஸீ தலைமுறையினர்தாம். சமூக வலைதளங்கள் இலவசமாக வழங்கும் வாய்ப்பைச் சரியாகப் பயன்படுத்தி, கன்டென்ட் உருவாக்கம், பிராண்ட் புரமோஷன், டிஜிட்டல் செல்வாக்கு போன்றவற்றை லாபம் தரும் தொழில்களாக உருமாற்றியிருக்கின்றனர்.

இவைபோன்ற டிஜிட்டல் தொழில்கள் சில ஆண்டுகளுக்கு முன்புவரை நடைமுறையில் இல்லை. அதனால் இதன் நுணுக்கங்களை, வெற்றிக்கான சூத்திரங்களைச் சொல்லித்தரும் பாடத்திட்டங்கள் எந்தப் பலகலைக்கழகங்களிலும் உருவாகவில்லை. தாங்களாகவே முயன்று, புது விஷயங்களை வேகமாக உள்வாங்கி, பல்வேறு விதங்களில் பரிசோதனை செய்து சுயமாகக் கற்றுக் கொள்கின்றனர். தங்களுடைய திறமையை, படைப்பூக்கத்தை மூலதனமாகக் கொண்டு தங்களையே ஒரு நம்பகத்தன்மை வாய்ந்த பிராண்டாகக் கட்டமைத்திருக்கின்றனர்.

பெரும்பான்மையான கன்டென்ட் கிரியேட்டர்களின் பயணம் பொழுதுபோக்காகத்தான் ஆரம்பித்திருக்கிறது.

ஆன்லைன் விளையாட்டுகள், ஃபேஷன், தொழில்நுட்பம், சமையல், ஃபிட்னஸ், காமெடி எனத் தமக்கு ஆர்வமிருக்கும் விஷயங்களை கேஷுவலாகப் பகிர்ந்துகொள்ளத் தொடங்கியிருக்கின்றனர். அவர்களின் உண்மையான ஆர்வம் நீண்டகாலப் பார்வையாளர்களையும் பரவலான நம்பிக்கையையும் பெற்றுத் தந்திருக்கிறது.

அடுத்தபடியாக பார்வையாளர் குழுவைக் கட்டமைப்பது. வீடியோ போடுவதோடு நின்றுவிடாமல், கமெண்ட்டுகளுக்குப் பதில் சொல்வது, அவர்கள் விரும்பிக்கேட்ட கன்டென்ட்டுகளில் வீடியோ போடுவது, என முழு ஈடுபாட்டுடன் அவர்களைக் கவனிக்கின்றனர்.

பார்வையாளர்கள் நிறைய சேர்ந்தவுடன் விளம்பரங்கள், பிராண்ட் பார்ட்னர்ஷிப், ஸ்பான்சர் செய்வது எனப் பல வழிகளில் வருமானம் வரத் தொடங்கிவிடும்.

அந்த வருமானத்தை நிர்வாகம் செய்ய கன்டென்ட் உருவாக்கத்தில் உதவிபுரிய ஒரு குழுவைப் பணியமர்த்திக்கொள்கின்றனர். பின்னர் விதவிதமான கன்டென்ட்டுகளை முயன்று பார்ப்பது, பிற கிரியேட்டர்களுடன் இணைந்து *(Collab)* வீடியோக்களை உருவாக்குவது, பிராண்டுகளைப் பரிந்துரை செய்வது எனத் தங்களைச் சுற்றி ஒரு டிஜிட்டல் நிறுவனத்தைக் கட்டமைத்து விடுகின்றனர்.

இந்த நிறுவனத்தின் களம் சமூக வலைதளங்கள்தான் என்பதால் ஒன்றோடு நின்றுவிடாமல் வாய்ப்பிருக்கும் எல்லாத் தளங்களிலும் தமது இருப்பை நிலைநாட்டிக்கொள்கின்றனர். ஒவ்வொரு தளத்திலும் இருக்கும் பார்வையாளர்களின் ரசனைக்கு ஏற்ப கன்டென்ட்டுகளை உருவாக்குகின்றனர். பொழுதுபோக்கு, கற்றுக்கொடுத்தல், வணிகம் இவை மூன்றையும் இணைப்பதால் வெவ்வேறு முகத்துவாரங்களின் வழியே இவர்களுக்கு வருமானம் கிடைக்கிறது.

உதாரணமாக ஃபேஷன் இன்ஃப்ளூயன்ஸர்கள், தங்களுடைய புகைப்படங்களைப் பகிர்வது, உடையலங்காரம் செய்வதற்கான குறிப்புகளைத் தருவது, அழகு சாதனப் பொருள்களை

அறிமுகப்படுத்துவது (புராடக்ட் லாஞ்ச்), அவற்றைப் பயன்படுத்திப் பார்த்து விமர்சனம் செய்வது, பிராண்டுகளுடன் இணைந்து பொருள்களை புரமோட் செய்வது எனப் பல விதங்களில் வருமானம் ஈட்டுகின்றனர்.

கன்டென்ட் கிரியேட்டர்கள், இன்ஃப்ளூயன்சர்களைப் போலவே சமூக வலைதளங்களின் வருகை வேறு சில டிஜிட்டல் பணிகளையும் உருவாக்கியிருக்கிறது.

வீடியோக்களை புரஃபஷனலாக திருத்தம் செய்து கொடுக்கும் வீடியோ எடிட்டர், தளங்களுக்கு ஏற்ற, பதிவுகளைப் போட்டு பார்வையாளர்களை ஒருங்கிணைக்கும் சோஷியல் மீடியா மேனேஜர், விளம்பரங்களுக்குப் புகைப்படங்களை வடிவமைத்துத் தரும் கிராஃபிக் டிசைனர், கிளயன்ட்டுகள், பார்ட்னர்ஷிப்புகளை நிர்வகிக்கும் பிஸினஸ் மேனேஜர் போன்றவை நவீனப் பணிகளுக்கு சில உதாரணங்கள்.

இவை தவிர நேரடியாகப் பொருள்களை விற்பனை செய்யும் *D2C* சந்தையும் சமூக வலைதளங்களின் வருகையால் பெருமளவு விரிவடைந்திருக்கிறது. கைவினைப் பொருள்களை உருவாக்குவது, உடைகளை வடிவமைத்துத் தருவது போன்ற திறமைகள் கொண்ட ஜென் ஸீ இளைஞர்கள் இடைத்தரகர்கள் யாருமின்றி தங்கள் தயாரிப்புகளை சமூக வலைதளங்களின் மூலம் நேரடியாக வாடிக்கையாளர்களிடம் கொண்டுசெல்கின்றனர். உற்பத்தியாளர்களிடமிருந்து வாங்கி சமூக வலைதளங்களின் மூலம் பொருள்களை விற்பனை செய்யும் சமூகச் சந்தையிலும் *(Social Commerce)* பங்குகொள்கின்றனர்.

2022-ஆம் ஆண்டு இந்தியாவின் *D2C* சந்தையின் மதிப்பு *12* பில்லியன் டாலராக இருந்தது. இது அடுத்த ஐந்து ஆண்டுகளில் அறுபது பில்லியன் டாலராக உயரும் என *KPMG* நிறுவனத்தின் ஆய்வறிக்கை தெரிவிக்கிறது.

பெரிய முதலீடு தேவையில்லை, திறமைக்கு நேரடியாக அங்கீகாரம் கிடைக்கும், ஒன்பது முதல் ஐந்து மணிவரை என்று கறாராக இல்லாமல் விரும்பிய நேரத்தில் வேலை பார்க்கலாம் போன்றவை இந்த டிஜிட்டல் தொழிலில் இருக்கும் நேர்மறை விஷயங்கள்.

எதிர்மறை விஷயங்களும் தராசின் மறுபுறம் அதே பலத்துடன் அமர்ந்திருக்கின்றன.

தளங்களின் அல்காரித மாறுபாடுகளுக்கேற்ப கன்டென்ட்டுகளின் ரீச் வேறுபடும். போலவே தளங்கள் தங்கள் கொள்கைகளை அப்டேட் செய்யும்போது அதிலிருந்து கிடைக்கும் வருமானமும் ஏற்ற இறக்கங்களைச் சந்திக்கும்.

தினம் பத்துப் புதுப் போட்டியாளர்கள் முளைக்கும் துறை இது. பார்வையாளர்களின் கவனத்தைத் தக்க வைக்க, புதுப்புது கன்டென்ட்டுகளை உருவாக்க வேண்டும். இந்தத் தொடர் போட்டிகளும், தினசரிச் சவால்களும் மனச் சோர்வை ஏற்படுத்தும். சமூக வலைதளங்களில் வரும் கீழ்த்தரமான விமர்சனங்களும் எதிர்மறைக் கருத்துகளும் மன அழுத்தத்தை உண்டாக்கக் கூடியவை. *D2C* சந்தையில் இருப்பவர்களுக்கு வேகமாக மாறும் டிரெண்டுக்கேற்றவகையில் பொருள்களைத் தயாரிக்கவேண்டிய கட்டாயம் உண்டு.

தேவையற்ற விமர்சனங்களுக்குக் காதுகொடுக்காமல் தங்கள் தரத்தை மேம்படுத்துவதில் மட்டுமே கவனம் செலுத்துபவர்கள் வெற்றிகரமான கிரியேட்டர்களாக நீடிக்கின்றனர். உதாரணம், பரிதாபங்கள் கோபி சுதாகர், *D2C* சந்தையில் லாபகரமாக இயங்கிக்கொண்டிருக்கும் டெய்கா ஆர்கானிக்ஸ்.

இப்படியாகப் பொழுதுபோக்கு, கல்வி, செய்திகள், விருப்பங்கள், வணிகம் எல்லாவற்றையும் இணைத்து புதுமையான டிஜிட்டல் தொழில் சந்தையை உருவாக்கியிருக்கின்றனர் ஜென் ஸீ தலைமுறையினர். பெரும் முதலீடும், முன் அனுபவமும் இல்லாமல் திறமையும், சரியான திட்டமிடலும் கொண்டு வெற்றிகரமான தொழில் முனைவர் ஆகலாம் என நிரூபித்துக் கொண்டிருக்கின்றனர்.

ஜென் ஸீ தலைமுறை தொழில், தொழில்முனைவர் போன்ற சொற்களுக்குப் புது அர்த்தங்களைக் கொண்டுவந்திருப்பதைப் பார்த்தோம். இவர்கள் வாடிக்கையாளர்களாக, பிராண்டுகளிடம் எதிர்பார்க்கும் விஷயங்களைக் குறித்து அடுத்ததாகப் பார்க்கலாம்.

யூசர் கேள்வி

ஆராய்ச்சி சுழல் விளைவைப் பற்றிக் கேள்விப்பட்டிருக்கிறீர்களா?

24. பொருள் அல்ல, கதை வேண்டும்!

ஒரு குறும்படம்

'இன்னும் டீ போடலையா?' வரவேற்பறையிலிருந்து மாமியார் கத்துவார். உள்ளிருந்து கடமுடவெனப் பாத்திரங்கள் உருளும் சத்தம் கேட்கும்.

மகன் கண்டுகொள்ளாமல் சோஃபாவில் அமர்ந்து ரிமோட்டை அமுக்க, அது வேலை செய்யாது. பின்பக்கத்தைத் திறந்து பார்த்தால் பேட்டரி இடம் காலியாக இருக்கும்.

“பேட்டரி எங்க போச்சுமா?”

“எல்லாம் இன்னிக்கு காலையிலேர்ந்துதான் ஆரம்பிச்சிருக்கு. உடனே போன் பண்ணு.” சமையலறையை எட்டிப் பார்த்துக் கொண்டே சொல்வார் அம்மா.

மகன் சங்கடமாகத் திரும்பிப் பார்ப்பான். மனைவி அறைக்குப் போய்க் கதவைச் சாத்திக்கொள்வாள்.

“நீ போன் பண்றியா, நான் பண்ணட்டுமா?”

அறைக்குள் இளம் மனைவி டிரெஸ்ஸிங் டேபிளில் அமர்ந்து நிதானமாகத் தலையை வாரிக்கொண்டிருப்பாள்.

“டீ போடறியா?” பொறுமையாகக் கேட்பான். ஆனால் முகத்தைத் திருப்பிக்கொண்டு, இழுப்பறையைப் பொட்டெனச் சாத்திவிட்டுப் போவாள் மனைவி.

வெளியே அம்மா கோபமாக போன் செய்துகொண்டிருப்பார். அவசரமாக வந்து அதைப் பிடுங்குவான் மகன். “சொல்லிருக்கேம்மா... அவ டீ போடுவாமா.”

அதைக் கேட்டபடியே வரும் மனைவி நேராக சோஃபாவில் அமர்ந்து மொபைல் பார்க்கத் தொடங்குவாள். அவளது பளிச் உடையும், அலங்காரமும் எங்கோ வெளியில் கிளம்பத் தயாராவது போல இருக்கும்.

‘எப்படித் திமிரா உட்கார்ந்திருக்கா பாருடா...’ என்பது போல முறைப்பார் மாமியார். முகத்தில் அத்தனை கடுமை. சர்வ நிச்சயமாகப் பற்றி எரியப்போகும் நெருப்பைத் தணிக்கும் விதமாக, “நான் போடறேன்” என்று கிச்சனுக்கு ஓடுவான் மகன்.

இறுகிய முகத்துடன் சோஃபாவின் மறுமூலையில் அமர்வார் மாமியார். ஸ்லோமோஷனில் மருமகளைத் திரும்பிப் பார்ப்பார். அழுந்த பிடித்திருந்த உதடுகளின் முனைகள் சட்டென வளையத் தொடங்கும். வெற்றிப் புன்னகையுடன் மெதுவாகச் சொல்வார், “அப்பாடா... ஒருவழியா டீ போடப் போயிட்டான்.”

“அப்படியே சமைக்கவும் வச்சுடுவோமா?” ஆர்வமாகக் கேட்பாள் மருமகள்.

“வச்சுடுவோம்... உனக்கு என்ன வேணும்னு சொல்லு.”

அதற்குள் மகன் டீ கொண்டுவந்துவிடுவான். இருவருக்கும் எடுத்துக் கொடுப்பான். ஒரு மிடறு சுவைத்துவிட்டு அம்மா சொல்வார் ‘தினமும் நீயே போடலாம்.’

“போடுங்க, போடுங்க... ஆனா கிச்சனை கலைச்சுப் போட்டுடக் கூடாது,” என்பார் மனைவி.

மகன் இருவரையும் மாறி மாறிப் பார்க்க ‘மாற்றங்களைக் கொண்டாடுவோம்’ என்ற எழுத்துகளோடு காட்சி நிறைவடையும்.

★★★

இது மெகா சீரியலுக்கான முன்னோட்டம் அல்ல. பெண்களுக்கான ஆடைகள் தயாரிக்கும் ஒரு நிறுவனத்தின் விளம்பரம். பொருளின் சிறப்புகளைக் காட்டாமல் இவ்வளவு நீளக் கதையை விளம்பரமாக வைத்ததற்குக் காரணம், ஜென் ஸீ இளைஞர்கள். பிரபலமான சந்தை வாக்கியம் ஒன்றுண்டு ‘ஜென் ஸீ தலைமுறை பொருளை

அல்ல, கதையை வாங்குகிறது' (they buy stories, not products).

இந்தியாவில் மட்டும் ஜென் ஸீ தலைமுறையைச் சேர்ந்தவர்கள் (13 வயது முதல் 28 வரை) சுமார் நாற்பது கோடிப் பேர் இருக்கின்றனர். வேலைச் சந்தையிலும் நுழைந்து வருமானம் ஈட்டத் தொடங்கிவிட்ட இவர்கள், வாடிக்கையாளர் மனப்பான்மையில் சில அடிப்படை மாற்றங்களைக் கொண்டுவந்திருக்கின்றனர். முந்தைய தலைமுறைகளைப்போல பொருள்களை வாங்குவதற்கு குடும்பத்தினர்களின் பரிந்துரையையோ, விளம்பரங்களையோ இவர்கள் முழுதாகச் சார்ந்திருப்பதில்லை. பின்னர் எதை வைத்து அவர்கள் ஒரு பொருளை வாங்க முடிவு செய்கின்றனர்? பிராண்டுகளிடமிருந்து என்ன எதிர்பார்க்கின்றனர்? எப்படி வாங்குகின்றனர்? இதைத் தெரிந்துகொள்வது பிராண்டுகளுக்கு மட்டுமல்ல, வருங்காலத்தில் எந்தவிதமான பொருள்கள் சந்தையில் கிடைக்கும் என்று தெரிந்துகொள்ளவும் நமக்கும் உதவியாக இருக்கும்.

73% ஜென் ஸீ வாடிக்கையாளர்கள், சமூக வலைதளங்களின் மூலமாகவே ஒரு பொருளைப் பற்றிய அறிமுகம் கிடைக்கப் பெறுகின்றனர். பார்த்தவுடனே அவர்கள் வாங்கிவிடுவது இல்லை. இன்ஸ்டா ரீலில் பார்த்த ஒரு பொருளைப் பற்றிய விவரங்களை, யூட்யூபில் தேடுகின்றனர். அடுத்து, 'இதை யாராவது வாங்கிப் பயன்படுத்தியிருக்கிறீர்களா?' என வாட்ஸப் குழுக்களில் கேட்டறிகின்றனர். எல்லா முடிவுகளும் நேர்மறையாக இருந்தால் அந்தப் பொருள் எங்கே மலிவாகக் கிடைக்கும் எனப் பல்வேறு தளங்களில் அலசுகின்றனர்.

அவர்களைப் பல சிறு தருணங்கள் (மைக்ரோ-மொமெண்ட்ஸ்) வழிநடத்திச் செல்கின்றன. உதாரணமாக காலை எட்டு மணிக்கு ஸ்கின் கேர் ருட்டீன் ரீலைப் பார்க்கும் ஒரு ஜென் ஸீ, மதிய உணவு இடைவேளையின்போது அதைப் பற்றி யூட்யூபில் ஆராய்கிறார். மாலை, நண்பர்களுடன் அதுகுறித்து உரையாடுகிறார், பல்வேறு தளங்களில் தேடி இரண்டு மூன்று விற்பனைச் செயலிகளில் கார்ட்டில் போட்டு வைக்கிறார். இறுதியாக, மூன்று நாள்கள் கழித்து ஃப்ளாஷ் சேல் வரும்போது அந்தப் பொருளை வாங்குகிறார். இதுதான் ஜென் ஸீ இளைஞர்களின் பொதுவான 'பொருள் வாங்கும்' வழிமுறை.

பொருளைப் பார்த்தவுடன் வாங்காமல் பல தளங்களிலும் பல விதங்களிலும் தேடுவதால் ஆராய்ச்சி சுழல் விளைவிலும் சிக்கிக் கொள்கின்றனர். அதாவது, ஒரு பொருளைத் தேடச் சென்று சம்பந்தமே இல்லாத வேறொன்றை வாங்குவது. உதாரணமாக, ஸ்மார்ட்ஃபோன் குறித்துத் தேடிக்கொண்டிருக்கும் ஒரு ஜென் ஸீ வயரில்லாத இயர்பட்ஸினால் ஈர்க்கப்பட்டு அதை முதலில் வாங்கிவிடலாம், கேள்விப்படாத ஒரு பிராண்டை அறிமுகம் செய்து கொள்ளலாம்.

பொருளை வாங்குவதற்கு முன், 'இதைச் சமூக வலைதளங்களில் காட்டினால் எதிர்வினை எப்படி இருக்கும்?' என்று யோசிக்கின்றனர். அடுத்ததாக பிராண்டு குறித்த ஆராய்ச்சி. இந்த பிராண்டு எதற்காகத் தொடங்கப்பட்டது? நோக்கம் என்ன? சமூகப் பிரச்சனைகளில் இவர்களுடைய நிலைப்பாடு என்ன? சுற்றுச்சூழலைப் பாதிக்காத வகையில் பொருள்களைத் தயாரிக்கின்றனரா? என்பது போன்ற தகவல்களையும் தெரிந்துகொள்ள விரும்புகின்றனர். ஒரே தரத்தில் இருக்கும் இரண்டு பொருள்களில், ஒன்றைத் தேர்வு செய்வதற்கு இந்தத் தகவல்கள் உதவியாக இருக்கின்றன. விலை சற்றுக் கூடுதலாக இருந்தாலும் சுற்றுச்சூழலைப் பாதிக்காத, சமூக நோக்கம் கொண்ட பிராண்டுகளை வாங்குவதில் ஆர்வம் காட்டுகின்றனர்.

வாங்கவிரும்பும் பொருளின் ஸ்கிரீன்ஷாட்டுகளை நண்பர்கள் குழுவிலும், இன்ஸ்ட்ராகிராம் வாக்கெடுப்பிலும் *(Polls)* பகிர்ந்து கொள்கின்றனர். தான் சார்ந்திருக்கும் சோஷியல் நெட்வர்க்கிலிருந்து வரும் கருத்துகளும், எதிர்வினைகளும் இவர்களுக்கு மிக முக்கியம். தன்னுடைய முதல்தேர்வாக இல்லை என்றாலும், நிறைய நேர்மறை கமெண்ட்டுகளைப் பெறும் பொருளை வாங்கிவிடுகின்றனர்.

பிராண்டுகளிடமிருந்து ஜென் ஸீ தலைமுறை இன்னும் நிறைய விஷயங்களை எதிர்பார்க்கிறது. அவற்றைப் புரிந்துகொண்டு தங்கள் தேவைகளைத் தொடர்ந்து கவனிக்கும் பிராண்டுகளைக் கொண்டாடவும் செய்கின்றனர்.

இவர்களின் மேலதிக எதிர்பார்ப்புகளையும், அதைப் பூர்த்தி செய்த பிராண்டுகளையும் பார்ப்பதற்கு முன் டீசர் கேள்வி,

'உங்க கிரஷ் உங்களைப் பத்தி நினைச்சிட்டிருக்கறதுக்கு 2% சான்ஸ்தான் இருக்கு. ஆனால் நாங்க 100% உங்களைத்தான் நினைச்சிட்டிருக்கோம்.' இந்த 'நாங்க' யார் என ஊகிக்க முடிகிறதா?

25. ஃபன் – பார்ட்னர்

பிரியாணி வேண்டுமா என்று உங்களைக் கேட்டு நாளாகிவிட்டது. இப்போதே பிணக்கைத் தீர்த்துக்கொள்வோம். ஒரு பிரியாணி சொல்லட்டுமா?

காபி மட்டும் காலை உணவு ஆகிவிடாது. உங்கள் டம்மியை யம்மியான உணவால் நிரப்புங்கள்.

எங்களுக்கு ரொம்ப வருத்தம்பா... இவ்ளோ நாள் நல்லா பழகிட்டு நேரத்துக்கு ஆர்டர் பண்ணலன்னா எப்படி?

க்ர்ர்... க்ர்ர்... க்ர்ர்... உங்கள் வயிற்றிலிருந்துதான் சத்தம் வருகிறதா? ஏதாவது ஆர்டர் போடுகிறீர்களா?

படித்தவுடனே சிறு புன்னகையை மலரச்செய்யும் வாசகங்கள், *Zomato*-வின் தனி அடையாளம். ஸொமேட்டோ முதலில் உணவகங்களை மதிப்பிடும் தளமாகத்தான் தொடங்கப்பட்டது. 2015-ஆம் ஆண்டிலிருந்து உணவு டெலிவரியைத் தொடங்கிய ஸொமேட்டோ, தங்களுடைய முதன்மை வாடிக்கையாளர்கள் இளைஞர்கள்தான் என்று முடிவு செய்திருந்தது.

பிரபலங்கள், ஸொமாட்டோவின் மூலம் உணவு ஆர்டர் செய்ததை சமூக வலைதளங்களில் பகிர்ந்துகொள்ளுதல், ஸொமேட்டோ ஸ்டிக்கர்கள், மீம் உருவாக்கம், கட்-அவுட்களில் ஒரு வரி பஞ்ச் வசனங்கள் என எல்லா வகையிலும் இளைஞர்களைக் குறிவைத்தே தனது மார்க்கெட்டிங் சூத்திரங்களை வகுத்துக்கொண்டது.

விளம்பரம் செய்வதோடு நிறுத்திக்கொள்ளாமல் ஒரு நண்பனைப் போலத் தொடர்ந்து தம்முடைய வாடிக்கையாளர்களுடன் உரையாடுகிறது (மின்னஞ்சல், நோட்டிஃபிகேஷன் வழியாக). 'இந்த உணவகத்தில் 50% தள்ளுபடி, இங்கே டெலிவரி இலவசம்' என்பதுபோல் வழக்கமான விளம்பர வரிகளாக இல்லாமல், அவை இளைஞர்களுக்குப் பிடித்த வேடிக்கை மொழியில் சுருக்கமாக இருக்கின்றன.

தங்கள் தேவைகளைத் தொடர்ந்து கவனிக்கும், தங்கள் மொழியில் பேசும், ஃபன்-பார்ட்னர் எனும் பிம்பத்தை இளைஞர்கள் மனத்தில் உருவாக்கியிருப்பதால் சந்தையில் முதன்மைப் போட்டியாளராகத் தொடர்ந்து நீடிக்கிறது ஸொமேட்டோ.

போலவே இளைஞர்களைக் குறிவைத்து வெற்றிபெற்ற மற்றொரு பிராண்ட் *mamaearth*. தொலைக்காட்சி விளம்பரங்களுக்கு முன், இன்ஃப்ளுயன்ஸர்களை வைத்தே தங்களுடைய அறிமுகத்தைத் தொடங்கியது மாமாஎர்த். தங்களுடைய பெயரையும் லோகோவையும் கேப்பிட்டல் எழுத்துகளைக் கலக்காமல் எழுதியது (அத்தியாயம் பதின்மூன்றில் இதுகுறித்து விரிவாகப் பார்த்திருக்கிறோம்) கடைகளுக்கு முன், அமேசான், நைக்கா போன்ற ஆன்லைன் தளங்களில் தங்களுடைய தயாரிப்புகள் தாராளமாகக் கிடைக்குமாறு பார்த்துக்கொண்டது. 'டாக்ஸின் ஃப்ரீ' 'மேட் சேஃப்' என ஜென் ஸீ இளைஞர்கள் எதிர்பார்க்கும் டேக் லைன்களைத் தங்கள் பிராண்டின் அடையாளமாக வைத்தது.

★★★

'பிராண்டுகளின் மீது விசுவாம் இல்லாதவர்கள்' எனப் பொதுவாக ஜென் ஸீ தலைமுறையை வகைப்படுத்தியிருக்கின்றனர். முந்தைய தலைமுறைகளைப் போல இவர்கள் ஒரு பிராண்ட் பிடித்திருந்தால் அதையே தொடர்ந்து வாங்குவதில்லை. தங்களுடன் உரையாடலில் இருக்கும், தொடர்ச்சியாகத் தங்களைப் புதுப்பித்துக்கொள்ளும் பிராண்டுகளே அவர்களது தேர்வாக இருக்கின்றன.

மேலும் பிராண்டுகள் தங்களுடைய தயாரிப்புகள் குறித்து வெளிப்படையாகப் பேச வேண்டும், தயாரிப்பின் பின்னால் இருக்கும் செயல்முறைகளையும் *(Behind-the-scenes content)*, சிக்கல்களையும்கூடச் சொல்ல வேண்டும் என எதிர்பார்க்கின்றனர்.

விளம்பரங்களைப் பொறுத்தவரையில், பிரபலமான முகங்கள் அருமை பெருமைகளைச் சொல்லி நடிப்பதைக் காட்டிலும், தங்களைப் போன்ற சகமனிதர்கள் பயன்படுத்திப்பார்க்கும் அனுபவக் கதைகள் அவர்களை அதிகம் ஈர்க்கின்றன.

ஜென் ஸீ தலைமுறை பெரிதும் விரும்பும் இன்னோர் அம்சம் பெர்சனலைசேஷன் (தனிப்பயனாக்கம்). தங்கள் தேவைகளை உடனுக்குடன் உணர்ந்து அதற்கேற்ற வகையில் தயாரிப்புகளை, சேவைகளை மேம்படுத்திக்கொள்ளும் பிராண்டுகளையே அவர்கள் நாடுகின்றனர். இந்தியாவில் தொடங்கப்பட்ட பிராண்டுகளுக்கும், *D2C* சந்தையில் நேரடியாக விற்பனை செய்பவர்களுக்கும் சுற்றுச்சூழலில் அக்கறை கொண்ட தயாரிப்புகளுக்கும் முன்னுரிமை தருகின்றனர்.

‘சுற்றுச் சூழல் அக்கறை’ என்று வெறும் கவர் லேபிளில் குறிப்பிட்டதோடு நின்றுவிடாமல், அதைச்சார்ந்த நடவடிக்கைகளில் ஈடுபடுகின்றனரா என்பதையும் கவனிக்கின்றனர்.

ஜென் ஸீ தலைமுறையுடன் உரையாடுவதற்கு பிராண்டுகள், டிஜிட்டல் தளங்களில் வலுவாகத் தம்மை நிலைநிறுத்திக்கொள்ள வேண்டியிருக்கிறது. வலைதளங்களைவிட பிரத்தியேகமான மொபைல் செயலிகளை இவர்கள் விரும்புகின்றனர். டைப் செய்வதைக் காட்டிலும் குரல் தேடல், விஷுவல் தேடல் போன்றவற்றில் விரைவாகவும் எளிதாகவும் தேட முடியும். செயலிகளில் இந்த வசதிகள் இருப்பது கட்டாயம்.

வாங்குவதற்கான வழிமுறைகளும் எளிமையாக விரைவானதாக இருக்க வேண்டும். மூன்று *Tab*-களுக்குமேல் வந்தால் சலித்துப்போய் வாங்கும் முடிவை ஒத்திப்போட்டுவிடுகின்றனர்.

பணம் செலுத்தியதும், ஆர்டர் உறுதிசெய்யப்பட்டது, ஷிப்பிங் போன்ற விவரங்கள் உடனடியாக வந்துவிட வேண்டும். ரிட்டர்ன்/ எக்ஸேஞ்ச் செய்யும் ஆப்ஷனும், அப்படிச் செய்தால் உடனே ரீஃபண்ட் கிடைக்கும் வசதியும் இருப்பது அவசியம்.

ஆன்லைனில் நிறைய நேரம் செலவிட்டுத் தேடினாலும் அதே பொருள்களைக் கடைகளுக்குச் சென்று நேரில் பார்த்து வாங்குபவர்களும் கணிசமான அளவில் இருக்கின்றனர். இதை ஃபிஜிட்டல் ஷாப்பிங் என்கின்றனர். (ஃபிசிக்கல்+டிஜிட்டல்).

பிராண்டுகளின் மதிப்பு, ஆளுமை, சேவை தரம் போன்றவை ஆன்லைன்/ஆஃப்லைன் இரண்டு இடங்களிலும் ஒரே மாதிரியாக இருக்க வேண்டும். ஓர் இடத்தில் சொகுசாகவும், மற்றோர் இடத்தில் கவனிப்பில்லாமலும் இருவேறு அனுபவங்களை வழங்கும் பிராண்டுகள் அவநம்பிக்கையைச் சம்பாதிக்கின்றன.

வாங்கிய பிறகு அதைப் பிரிக்கும் தருணங்களைப் பகிர்ந்து கொள்வது, விமர்சனங்களைத் தயங்காமல் தெரிவிப்பது போன்ற விஷயங்களையும் தவறாமல் செய்கின்றனர்.

இப்படியாக ஜென் ஸீ இளைஞர்களின் 'வாங்கும் பயணம்', ஆறு படிநிலைகளைக் கொண்டிருக்கிறது.

1. சமூக வலைதளங்களில், பின்தொடரும் இன்ஃப்ளூயன்ஸர்கள் மூலமாக ஒரு பிராண்டை அறிமுகம் செய்து கொள்ளல்.
2. அந்த பிராண்ட் குறித்த தகவல்கள், விமர்சனங்களைப் பல்வேறு தளங்களில் தேடி ஆராய்தல்.
3. அப்படித் தேடிக் கண்டடைந்த பிராண்டுகளைப் பற்றிய அபிப்பிராயங்களை நண்பர்களிடத்திலும், சமூக வலைதளங்களிலும் கேட்டறிதல்.
4. தள்ளுபடி விற்பனை நாள், உடனடித் தேவை, சக நண்பர்களின் அழுத்தம் இவற்றில் ஏதோ ஒன்றால் தூண்டப்பட்டு ஏற்கனவே பார்த்து வைத்திருந்த பிராண்டை உடனடியாக வாங்குதல்.
5. வாங்கிய அனுபவத்தை அன்பாக்ஸிங் வீடியோ, புகைப்படங்கள் மூலம் சமூக வலைதளங்களில் பகிர்ந்துகொள்ளுதல்.
6. அந்தப் பொருளின் தரம், பிராண்ட் முன்னெடுக்கும் உரையாடல் போன்ற விஷயங்களை வைத்து நண்பர்களுக்கு அதைப் பரிந்துரை செய்தல் / அல்லது விமர்சனங்களை முன்வைத்தல்.

மொத்தத்தில், ஜென் ஸீ இளைஞர்கள் பிராண்டுகளைத் தெரிவு செய்பவர்களாக மட்டுமல்லாமல் அவற்றைத் தங்களுக்கேற்றவாறு தகவமைத்துக் கொள்பவர்களாகவும் இருக்கின்றனர். இதனால் சந்தையில் நம்பகத்தன்மைகூடிய, சூழியல் அக்கறைகொண்ட, வாடிக்கையாளர் தேவைகளைத் தொடர்ந்து கவனிக்கும்

பிரண்டுகள் உருவாகும், அவையே களத்தில் நீடித்திருக்கும் என்று எதிர்பார்க்கலாம்.

சரி, பிராண்ட் தேர்வு குறித்து விரிவாகப் பார்த்துவிட்டோம். ஜென் ஸீ இளைஞர்கள் விதவிதமான பிராண்டுகளை முயன்றுபார்ப்பது முதன்மையாக ஆடை அணிகலன்களில்தான். இவர்களின் ஃபேஷன் தேர்வுகள் குறித்து விரிவாகப் பார்க்கலாம்.

டீசர் கேள்வி,

Haul கலாசாரம் பற்றிக் கேள்விப்பட்டிருக்கிறீர்களா?

26. என்னோடு புறப்படுங்கள்

அம்மாவுடைய சில்க் துப்பட்டாவை பெல்ட்டாக உருமாற்றியிருந்தாள் அனன்யா. யூட்யூப் வீடியோக்களைப் பார்த்து, முறுக்கி நிறமேற்றப்பட்ட க்ராப் ஷர்ட்டும், பெரிய பாக்கெட் வைத்த கார்கோ பேன்ட்டும் அணிந்திருந்தாள். கால்களில் வெள்ளை ஸ்நீக்கர் ஷூ. இந்த மூன்றின் விலையும் மூவாயிரம் ரூபாய்க்குள்தான். ஆனால் *OOTD*-யில் இந்த உடையலங்காரம் ஐந்நூறு விருப்பக்குறிகளைப் பெற்றது.

★★★

விலை, குடும்ப வழக்கம், அருகில் கிடைப்பவை இவற்றையெல்லாம் வைத்துத்தான் முந்தைய தலைமுறையினர் உடைகளைத் தேர்வு செய்தனர். ஆனால் தம் நம்பிக்கையை, எண்ண ஓட்டங்களை அடையாளப்படுத்தும் விதமாக உடைகள் இருக்க வேண்டுமென விரும்புகின்றனர் ஜென் ஸீ தலைமுறையினர். மலிவு விலை முதல் விலையுயர்ந்த ஆடைகள்வரை, சர்வதேச ஃபேஷனில் தொடங்கிப் பாரம்பரிய உடைகள்வரை எல்லாவிதமான டிரெண்டுகளையும் முயன்றுபார்க்க விழைகின்றனர்.

இவர்களுடைய பொதுவான உடையலங்காரம் குறித்தும், பின்பற்றும் ஃபேஷன் போக்குகள் குறித்தும் சுருக்கமாகப் பார்க்கலாம்.

திரைப்படங்களையும், நடிகர்களையும் பார்த்து உடையலங்காரம் செய்துகொள்வது முன்னர் வழக்கமாக இருந்தது. உதாரணங்கள்:

நதியா கொண்டை, ஜோதிகா க்ளிப், சந்திரமுகியில் நயன்தாரா கட்டிய புடைவைகள். இப்போது திரைப்படங்களின் இடத்தை சமூக வலைதளங்களும் நடிகர்களின் இடத்தை இன்ஃப்ளூயன்ஸர்களும் பிடித்துக்கொண்டிருக்கின்றனர்.

பத்தாயிரம் முதல் ஐம்பதாயிரம்வரை பின்தொடர்வர்களைக் கொண்ட இளம் இன்ஃப்ளூயர்கள், பிரபலமான ஃபேஷன் ஐகான்களைக் காட்டிலும், ஜென் ஸீ தலைமுறையிடம் அதிக செல்வாக்கு கொண்டிருக்கின்றனர்.

'ஸ்ட்ரீட் ஸ்டைல்' என்னும் தலைப்பில், இந்தியாவின் வெவ்வேறு பகுதிகளில் வசிக்கும் இளைஞர்களின் உடைகள் சமூக வலைதளங்களில் பகிரப்படுகின்றன. போலவே அவுட்ஃபிட் ஆஃப் தி டே (OOTD) என்னும் ஹேஷ்டேக் இன்ஸ்ட்ராகிராமில் வெகு பிரபலம். விதவிதமான ஆடைகளையும் ஸ்டைல்களையும் அங்கே பார்க்கலாம். அவற்றின் விலை, எந்தவகைத் துணி, எங்கிருந்து வாங்கியது போன்ற விவரங்களையும் தெரிந்துகொள்ளலாம்.

'ஃபேஷன் பத்திரிகைகளைக் காட்டிலும் கல்லூரி மாணவர்களுடைய உடைகளில் அதிக வெரைட்டி இருக்கும். அதுவும் சிவப்புக் கம்பள விரிப்பில் செல்வந்தர்கள் அணியும் ஆடைகளை போட்டோஷூட்டுக்குத்தான் போடமுடியும், நினைத்துப் பார்க்கமுடியாத விலையிலும் இருக்கும். வாங்கக் கூடிய விலையில், அன்றாடம் அணியும் ஆடைகளை ஸ்ட்ரீட் ஸ்டைல் அல்லது OOTD-யில் மட்டுமே பார்க்கலாம்.' குடும்ப நண்பர் வீட்டு ஜென் ஸீ பெண் சொன்ன தகவல் இது.

இளைஞர்களின் இந்த OOTD கலாசாரம் நவீனவகை ஆடைகள் அடக்கவிலையில் கிடைப்பதற்கு வழிவகை செய்திருக்கிறது. மிந்த்ரா, ஆஜியோ போன்ற தளங்களில் மத்தியவர்க்க மக்கள் வாங்கக் கூடிய விலையில் நூற்றுக்கணக்கான ஃபேஷன் பிராண்டுகள் இடம்பெற்றிருக்கின்றன. இவை, அவ்வப்போது மாறும் டிரெண்டுக்கேற்பத் தங்கள் ஆடை சேகரிப்பை அப்டேட் செய்கின்றன.

பாரம்பரிய வகைகளுடன், நவீனப் போக்கைக் கலந்து உருவாக்கப்படும் ஃபியூஷன் உடைகளை இளைஞர்கள் விரும்பி அணிகின்றனர். லெஹங்காவுக்கு மேலே க்ராப் டாப், காதி

குர்த்தாவுடன் ஜீன்ஸ், துப்பட்டாவை பெல்ட் போல அணிவது எனத் தாங்களாகவே ஃபியூஷன் டிரெண்டுகளை உருவாக்கிக் கொள்கின்றனர்.

சூற்றுச்சூழலைப் பாதிக்காத சஸ்டைனபிள் பிராண்டுகளைத் தேடி வாங்குகின்றனர். கைத்தறி, நெசவுத் தொழிலாளர்களிடமிருந்து இன்ஸ்டாகிராம், வாட்ஸப் மூலம் நேரடியாக வாங்கும் போக்கும் அதிகரித்திருக்கிறது.

பாப் கலாசார பாதிப்பில் ஆடைகளை உருவாக்கும் *The Souled store, Snitch* போன்ற பிராண்டுகள் ஜென் ஸீ இளைஞர்கள் மத்தியில் பிரபலமாக இருக்கின்றன. சமூக வலைதளங்களின் மூலம் நேரடியாக விற்பனை செய்யும் உள்ளூர் பிராண்டுகள், பொட்டிக்குகளும் வரவேற்பைப் பெற்றிருக்கின்றன.

ஜென் ஸீ இளைஞர்கள் மூலம் பிரபலமடைந்திருக்கும் மற்றொரு டிரெண்ட் யூனிசெக்ஸ் ஃபேஷன். தொளதொளவென்று இருக்கும் ஓவர்சைஸ்டு டிஷர்ட்டுகளையும் பேகி பேண்டுகளையும் இருபாலரும் அணிந்துகொள்கின்றனர். போலவே தோடு, செயின், பிரேஸ்லெட் போன்ற ஆபரணங்களைப் பெண்களுக்கு மட்டும்தான் என இளைஞர்கள் ஒதுக்குவதில்லை.

ஏற்கனவே பயன்படுத்தப்பட்ட ஆடைகளை வாங்கும் *Thrifting* கலாசாரமும் மெட்ரோ மற்றும் வடகிழக்கு மாநில ஜென் ஸீக்களிடையே பிரபலமாக இருக்கிறது. இவற்றை மட்டுமே விற்பனை செய்யும் பிரத்தியேகக் கடைகளும் ஆன்லைன் தளங்களும் இருக்கின்றன. இவ்வகை ஆடைகள் *Pre-loved fashion* என்கிற பெயரில் சமூக வலைதளங்களில் விளம்பரப்படுத்தப்படுகின்றன.

பழைய அல்லது விலைகுறைந்த ஆடைகளை அப்ஸ்கேல் செய்து அணிந்துகொள்வதும் டிரெண்டில் இருக்கிறது. *Tie*-டையிங் செய்வது, பழைய ஆடைகளைக் கத்தரித்து, தைத்து நவீன வகை உடையாக மாற்றுவது போன்ற நுணுக்கங்களை யூட்யூப் வீடியோக்களைப் பார்த்துக் கற்றுக்கொள்கின்றனர். உதாரணம் ஜீன்ஸை ஷார்ட்ஸாக மாற்றுவது, டி ஷர்ட்டை க்ராப் டாப்பாக வெட்டிவிடுவது.

யூட்யூப் வீடியோக்கள், இன்ஸ்டாகிராம் புகைப்படங்கள் ஃபேஷன் டிரெண்டுகளை உருவாக்கும், பரப்பும், ஆவணப்படுத்தும்

முதன்மை மூலங்களாக இருக்கின்றன. தினசரி உடை அணிந்து அலங்காரம் செய்துகொள்வதை 'கெட் ரெடி வித் மீ' எனும் தலைப்பில் பகிர்ந்துகொள்கின்றனர். எந்தெந்த வண்ணங்களை இணைத்துப் போடலாம், என்ன வகையான அணிகலன்களை அணியலாம், உயரம், தடிமன், ஒடிசல் என உடல் அமைப்புகளுக்கு ஏற்றவகையில் எப்படி உடைகளையும் அணிகலன்களையும் தேர்வு செய்யலாம் என்பது போன்ற ஸ்டைலிங் நுணுக்கங்களையும் கற்றுத்தருகின்றனர். இதனால் பலவகையான உடல் அமைப்பு, நிறம் கொண்டவர்களும் ஃபேஷன் டிரெண்ட்டுகளைக் கடைப்பிடிக்கும் சூழல் உருவாகியிருக்கிறது.

இதில் எதிர்மறை அம்சங்களும் இருக்கின்றன.

பாடி பாசிடிவிட்டி, பாடி இன்க்ளூசிவிட்டி போன்ற ஹேஷ் டேக்குகள் பிரபலமாக இருந்தாலும், சமூக வலைதளங்கள் பெரும்பான்மையாக நேர்த்தியான அழகியலையே முன்னிலைப்படுத்துகின்றன. எட்ட முடியாத அழகு மதிப்பீடுகளையும், ஒப்பீட்டு மனப்பான்மையையும் விதைக்கின்றன.

நவீன வகை ஆடைகளை அணிவது, குறிப்பாகப் பெண்கள் அணியும் ஃபேஷன் உடைகளுக்கு சமூகத்தில் பரவலான ஏற்பு இல்லை. பல குடும்பங்களிலும், நிறுவனங்களிலும் பாரம்பரிய ஆடைகளைத்தான் அணியவேண்டும் என்கிற கட்டுப்பாடு உண்டு.

அடுத்ததாக, நவீன வகை ஆடைகள் அடக்கவிலையில் கிடைப்பதனால் அளவுக்கதிகமாக வாங்கிக் குவிக்கும் போக்கு அதிகரித்திருக்கிறது. சமூக வலைதளங்களில் ஃபேஷன் டிரெண்டுகள் வேகமாக மாறிக்கொண்டே இருக்கும். அதற்கேற்ப ஆடைகளை வாங்க வேண்டும் எனும் தூண்டுதல், அப்படி வாங்கினால்தான் சமூக வலைதளங்களில் கன்டென்ட்டுகளை உருவாக்க முடியும் எனும் அழுத்தம் ஜென் ஸீ தலைமுறையினரிடம் மிகுதி. மற்றொருபுறம், நிறைய ஆடைகளை ஆன்லைனில் ஆர்டர் செய்து, ஒருமுறை மட்டும் அணிந்து அதை சமூக வலைதளங்களில் காட்டிவிட்டு, பிறகு அவற்றை அப்படியே ரிட்டர்ன் செய்யும் போக்கும் அதிகரித்துவருகிறது. இதை *Haul* கலாசாரம் என்கின்றனர்.

இப்படியான எதிர்மறை விளைவுகள் இருந்தபோதிலும், சிவப்புக் கம்பள விரிப்பில் மட்டுமே இருந்த ஃபேஷன் டிரெண்டுகளை சாமானியர்கள்வரை கொண்டு சேர்த்ததற்காகவே சமூக வலைதளங்களையும், அதன் பெரும்பான்மைப் பங்களிப்பாளர்களாக இருக்கும் ஜென் ஸீ தலைமுறையினரையும் பாராட்டலாம்.

ஆடை அணிகலன்களைப் போலவே இளைஞர்கள் விரும்பித் தேடும், விதவிதமாக முயன்றுபார்க்கும் மற்றொரு விஷயம் உணவு. தள்ளுவண்டிக் கடை முதல் காஸ்ட்லி கஃபே வரை அவர்களுடைய ரசனைப் போக்கைப் பற்றிப் பார்ப்பதற்கு முன்,

டீசர் கேள்வி.

உணவுச் செல்வாக்காளர்கள் எனும் பதத்தைக் கேள்விப்பட்டிருக்கிறீர்களா?

27. அவகேடோ டோஸ்ட் முதல் கீரைவடை வரை

வெள்ளைத் தட்டில் பொன்னும் செப்பும் கலந்த நிறத்தில் டோஸ்ட் செய்து எடுக்கப்பட்ட பிரட், மேலே இளம்பச்சை வண்ணத்தில் மசித்துத் தடவப்பட்ட அவகேடோ, அதற்கு மேல் பூத்தூரவலாய் சில்லி ஃபிளேக்ஸ்.

அருகில் கறுப்புக் கோப்பையில், நுரையால் இலைகள் வரையப்பட்ட கேப்பச்சீனோ.

'ஏஸ்தட்டிக் பிளான்ட் பேஸ்டு பிரேக்ஃபாஸ்ட் அட் நுங்கம்பாக்கம்' என்று தலைப்பிட்டு இதை இன்ஸ்ட்டாவில் பகிர்ந்தாள் யுவராணி. பேஸ்டல் வண்ணச் சுவர்கள், அலங்காரச் செடிகள், இருக்கைகள் என கேஃபேயின் உட்புறப் புகைப்படங்களையும் இணைத்திருந்தாள். அந்தப் பதிவுக்குச் சில நூறு ஹார்ட்டீன்கள் கிடைத்தன.

அதே யுவராணி, உள்ளூர் ஆடியன்ஸைக் கவர்வதற்காக மறுநாள் வியாசர்பாடிக்குச் சென்றாள். சாலையோரச் சிறுகடையில், பெரிய இரும்புச்சட்டியில் பொரித்தெடுக்கப்பட்டு காகிதத் தட்டில் தரப்பட்ட பிரான் *(prawn)* கீரை வடையைச் சூட்டோடு கடித்தாள். கீரைவடைக்குள் நாலைந்து பிரான் வைத்திருப்பதாகவும், சென்னையில் வேறு எங்குமே இப்படி ஒரு சுவையான ஐட்டம் கிடைக்காது எனவும் புகழ்ந்தாள்.

அந்த ரீல் உடனடியாக வைரலானது. 'எங்க ஏரியாவுக்கு ஒரு நாள் வாங்கக்கா, நிறைய ஸ்ட்ரீட் ஃபுட் இருக்கு' என்பது போன்ற பாசக்கார அழைப்புகளும் கமெண்ட்டில் குவிந்தன.

★★★

'உயிர் வாழ்வதற்காக மட்டும் உணவு' என்னும் ஆதிகாலத்துச் சிந்தனையில் சில அடிப்படை மாற்றங்களைக் கொண்டு வந்திருக்கின்றனர் ஜென் ஸீ தலைமுறையினர். வீட்டுச் சமையல், உணவு டெலிவரி செயலிகள், பாரம்பரிய உணவு, சர்வதேசச் சாப்பாட்டு வகைகள், சாலையோரச் சிறுதீனி, காஸ்ட்லி கஃபே என நானாவித சாத்தியங்களையும் முயன்று பார்க்கும் அவர்களுடைய கல்யாண உணவுக் குணங்களைப் பற்றிச் சுருக்கமாகப் பார்க்கலாம்.

உணவில், ஜென் ஸீ இளைஞர்களை முதன்மையாகக் கவர்வது அழகு. பண்டிகைக் காலங்களில் செய்யப்படும் விசேஷப் பலகாரங்கள்தான் என்றில்லை, ஒவ்வொரு வேளை உணவுமே அழகாக இன்ஸ்டாகிராமில் போடுவதற்கு ஏற்றவகையில் எடுப்பாகத் தெரியவேண்டுமென விரும்புகின்றனர். போலவே உணவகங்களும் நேர்த்தியான, தனித்துவமான அலங்காரங்களுடன் இருக்க வேண்டுமென எதிர்பார்க்கின்றனர்.

'போட்டோவுல நல்லா இல்லன்னா ஆர்டர் பண்ண மாட்டேன். என் ஃபிரண்ட்ஸெல்லாம்கூட அப்படித்தான். புதுசா ஏதாவது ஹோட்டல் டிரை பண்றத்துக்கு முன்னாடி இன்ஸ்டா ஹேஷ்டேக்ஸ் செக் பண்ணுவோம். ஃபுட் போட்டோஸ் எதுவும் நல்லா இல்லன்னா அங்க போகவே மாட்டோம்.' கல்லூரிப் பெண் பாரதி சொன்ன விஷயம் இது.

இவரைப் போன்ற சமூக வலைதள - ஆர்வலர்களுக்காகவே, கண்ணைக் கவரும் உணவு, கருத்தைக் கவரும் லைட்டிங், சீட்டிங், செடிகள், நியான் எழுத்துகள், அலங்காரச் செடிகள், வண்ணமயமான சுவர்கள் எனக் காட்சிப்படுத்துதலில் உணவகங்கள் சிரத்தை எடுத்துக்கொள்கின்றன. காஸ்ட்லி உணவகங்கள்தான் என்றில்லை, சிறுதீனிக் கடைகள்கூட இன்ஸ்டாகிராமில் அழகாகத் தெரிவதற்காக மெனக்கெடுகின்றன.

சாப்பாடு முதல் சாப்பிடும் இடம்வரை அழகுணர்ச்சியுடன் இருக்க வேண்டும் என்று எதிர்பார்க்கும் ஜென் ஸீ தலைமுறையினர்,

மற்றொருபுறம் சாலையோர உணவுக் கடைகளுக்கும் ஆர்வத்துடன் செல்கின்றனர்.

'சாலையில் புரளும் தூசியெல்லாம் சாப்பாட்டின்மேல் படிந்திருக்கும். சுட்ட எண்ணெயைத் திரும்பத் திரும்பக் காய விடுவர், நல்ல தண்ணீரைப் பயன்படுத்த மாட்டார்கள்,' என்று மத்தியதர வர்க்கத்தால் முன்பு சுகாதாரக் குறைவாக, வசதி குறைவாகப் பார்க்கப்பட்ட சாலையுணவுக் கடைகள் தற்போது பரவலாக மறுமலர்ச்சி கண்டிருக்கின்றன, முதன்மைக் காரணம் ஜென் ஸீ இளைஞர்களின் சமூக வலைதளப் பதிவுகள்.

கௌரவ் வாசன் (யுவர் ஃபுட் லாப்), கணேஷ் ராம் (பெப்பா ஃபூடி), யுவராணி (ஃபூடி ஃபைண்டிங்ஸ்) போன்ற உணவு செல்வாக்காளர்கள் *(foodfluencers)* விதவிதமான உணவுகளைச் சுவைப்பதற்காகவே பல்வேறு ஊர்களுக்குப் பயணம் செல்கின்றனர். ஏதோ ஒரு சந்துக்குள் தோசை வார்த்துக்கொண்டிருக்கும் ஆயாக்களும், தெருமுக்கில் பானிப்பூரி விற்றுக்கொண்டிருக்கும் பையாக்களும் திடீரென லைம்லைட்டுக்கு வருவது இவர்களைப் போல உணவு செல்வாக்காளர்களால்தான்.

இதே முரண் உணவு வகைகளிலும் தொடர்கிறது. பாரம்பரிய உணவு குறித்துப் பெருமிதம் கொண்டிருக்கும் ஜென் ஸீ இளைஞர்கள் சர்வதேச உணவுவகைகளையும் தயக்கமின்றி முயன்று பார்க்கின்றனர். அது செட்டிநாட்டுப் பால் கொழுக்கட்டையோ, கொரிய கிம்ச்சியோ புதிய விஷயங்களை அறிந்துகொள்ளும் ஆர்வமே இந்த மாற்றத்துக்கான அடிப்படை.

போலவே சர்வதே உணவுகளை உள்ளூர் ஸ்டைலில் சமைக்கும் ஃப்யூஷன் வகைகளும் ஜென் ஸீ தலைமுறையின் விருப்பப் பட்டியலில் இடம்பிடித்திருக்கின்றன. தந்தூரி மோமோஸ், பட்டர் சிக்கன் பீட்சா, மசாலா மேக் அண்ட் சீஸ் போன்றவை ஜென் ஸீ மத்தியில் பிரபலமாக இருக்கும் சில ஃபியூஷன் வகைகள்.

இப்படி விதவிதமான, புதுவகை உணவுகளை முயன்று பார்க்கும் ஆர்வத்துக்குப் பரவலாக விதைபோட்டவை என சமூக வலைதளங்களைச் சொல்லலாம். கொரோனா ஊரடங்கு, அந்த விதையை உரம் போட்டு வளர்த்தது. 'எல்லோரும் ஒரு கேக்காவது பேக் செய்த பின்னர்தான் இந்த ஊரடங்கு முடிவுக்கு வரும்' என்கிற மீம் அந்தக் காலத்தில் வெகு பிரபலம்.

சமைத்துக் காட்டும் ரீல்ஸ், யூட்யூப் ஷார்ட்ஸ், ஆன்லைன் குக்கிங் வகுப்புகள், போட்டிகள், கிளவுட் கிச்சன் போன்றவை ஊரடங்கு காலத்தில் பல்கிப் பெருகின.

ஊரடங்கு முடிந்த பின்னர் உணவகங்களைத் தேடிப்போகும் வேட்கை பெருகியது. அதை உணர்ந்துகொண்ட ஜென் ஸீ இளைஞர்கள், சமூக வலைதளங்களில் புதுப்புது உணவகங்களை அறிமுகப்படுத்துவது, வகைவகையான உணவுகளை முயன்று பார்ப்பது, புகைப்படங்கள், அனுபவங்களைப் பகிர்ந்துகொள்வது என உணவு செல்வாக்காளர்களாகவும் உருமாறினர். இவர்களைப் பெருவாரியாக ஆதரித்துப் பின்தொடர்பவர்களும் ஜென் ஸீ மக்களே.

உணவு செல்வாக்காளர்களைப் போலவே உணவு டெலிவரி செயலிகளும் ஜென் ஸீ இளைஞர்களின் வாழ்க்கையில் தவிர்க்கமுடியாத அங்கமாகி இருக்கின்றன. செயலியில் தரப்பட்டிருக்கும் ரேட்டிங், புகைப்படங்கள், ரிவ்யூ போன்றவற்றை வைத்தே இவர்கள் உணவகங்களைத் தேர்வு செய்கின்றனர். ஓர் உணவகத்தை தொலைபேசியில் அழைத்து ஆர்டர் கொடுக்கலாம் என்னும் விஷயத்தைப் பல ஜென் ஸீ இளைஞர்கள் கேள்விப்பட்டிருக்கவே மாட்டார்கள்.

இந்த உணவுக் கலாசார மறுமலர்ச்சியில் சிற்றூர்களுக்கும், நகரங்களுக்கும் இடையே வேறுபாடுகள் இருக்கின்றன. பாரம்பரிய உணவு முறைகளை, அம்மி, ஆட்டுரல், மண்பாண்டங்கள் வைத்துச் செய்து காட்டிப் பெருமைப்பட்டுக்கொள்ளும் போக்கு சிற்றூர்களில் அதிகமாகக் காணப்படுகிறது. இண்டர்நேஷனல் பிராண்டுகள் எட்டிப்பார்க்காத சிறு நகரங்களில் நவீன உணவுகளை உள்ளூர் சுவைக்குத் தகுந்த வகையில் உருமாற்றி விற்பனை செய்யும் போக்கு அதிகரித்திருக்கிறது.

'தேடிச்சென்று வகைவகையாகத் தின்பதெல்லாம் சரிதான், ஆனால் இப்படி வகைதொகையில்லாமல் சாப்பிட்டால் வயிறு கெட்டுப்போகாதா?' என்னும் கேள்வி எழலாம். ஜென் ஸீ தலைமுறையினர் இதைப்பற்றி யோசிக்காமல் இல்லை. உடல் நலத்தில் அதிக அக்கறை காட்டும் தலைமுறை எது என்று கேட்டால் எந்தத் தேடுபொறியும் முதலில் காட்டும் விடை ஜென் ஸீ தான்.

தாவரங்கள் சார்ந்த உணவுமுறை, புரதச்சத்து நிறைந்த உணவு, இடைவேளை விட்டு விரதமிருந்தல் *(intermittent fasting)*, கவனத்துடன் உண்ணுதல் *(mindful eating)*, முருங்கைக்கீரை மஞ்சள் ஸ்மூத்தி போன்ற ஆயுர்வேத உணவுகளை எடுத்துக்கொள்ளுதல் என உடல் ஆரோக்கிய உணவுமுறைகளைப் பெரும்பான்மையாகக் கடைப்பிடிப்பவர்கள் ஜென் ஸீ தலைமுறையினர்தான்.

பொதுவாக ஜென் ஸீ இளைஞர்கள் உணவைப் பலவித அனுபவங்களைத் தரும் கன்டென்ட் மெட்டீரியலாகப் பார்க்கின்றனர். புது உணவகங்களைத் தேடிச் செல்வது, அறியாத உணவு வகைகளை அறிந்துகொள்வது போன்றவை அவர்களுக்குக் கேளிக்கை உணர்வைத் தருகின்றன. சினிமா, ஷாப்பிங் போன்ற பொழுதுபோக்கு செய்கைகளின் வரிசையில் வகைவகையாக உண்ணுதலையும் ஜென் ஸீ தலைமுறையினர் இணைத்திருக்கின்றனர் எனலாம்.

இந்தப் போக்கு, உணவை தெய்வமாக வணங்கும் முந்தைய தலைமுறை மக்களிடையே, கடும் எதிர்வினைகளைப் பெற்றிருக்கிறது.

உணவின் தரத்தைக் காட்டிலும், தோற்றத்துக்கு அதிக முக்கியத்துவம் தருகின்றனர், உணவகங்களின் உள் அலங்காரத்துக்காகவே அதிகம் செலவு செய்கின்றனர், சமைக்கும் முறைகளில் ஆர்வம் காட்டுவது இல்லை, சமூக வலைதளங்களில் பார்க்கும் உணவுகளையெல்லாம் சாப்பிட வேண்டுமென்று விரும்புகின்றனர் என்பவை முந்தைய தலைமுறையால் வைக்கப்படும் முக்கியக் குற்றச்சாட்டுகள்.

எப்படியும் வருங்கால உணவுக் கலாசாரத்தை வடிவமைக்கப் போகிறவர்கள் ஜென் ஸீ இளைஞர்கள்தாம். அவர்களுடைய வாங்கும் திறன் அதிகரிக்கும்போது அவர்கள் தேவைக்கு ஏற்ற வகையில் உணவுச் சந்தையில் மாற்றங்கள் ஏற்படப்போவது உறுதி.

உணவைப் போலவே ஜென் ஸீ இளைஞர்கள் தங்கள் தேவைகளுக்கேற்ப உருமாற்றிக்கொண்டிருக்கும் மற்றொரு விஷயம் ஆன்மீகம். அதைக் குறித்து விரிவாகப் பார்ப்பதற்கு முன், ஒரு கேள்வி.

SBNR என்னும் பதத்தைக் கேள்விப்பட்டிருக்கிறீர்களா?

28. ஸ்மார்ட் வாட்ச்சும், கருங்காலி மாலையும்

வெள்ளிக்கிழமை காலை. மயிலாப்பூரில் ஒரு விடுதியில் வசிக்கும் காவ்யா, எழுந்தவுடன் சிறிய விநாயகர் சிலைக்கு முன் வைத்திருந்த மின்சார அகல் விளக்கை ஆன் செய்தாள். அலைபேசிச் செயலியில் இன்றைய ராசிபலனைப் பார்த்துவிட்டு ஸ்பாட்டிஃபையில் கந்தசஷ்டிக் கவசத்தை ஒலிக்கவிட்டாள். குடும்ப வாட்ஸப் குழுவில் வந்திருந்த ஒரு பகவத் கீதை வரியை இன்ஸ்டாவில் ஸ்டோரியாக வைத்தாள்.

ஒரு கையில் ஸ்மார்ட் வாட்ச்சையும் மறுகையில் கருங்காலி மணியினால் செய்யப்பட்ட கைவளையத்தையும் அணிந்து கொண்டு வேலைக்குக் கிளம்பினாள். அங்கே மாலையில் நடைபெற்ற 'மைன்ட்ஃபுல்நெஸ் மெடிடேஷன்' வகுப்பிலும் ஆர்வத்துடன் கலந்துகொண்டாள்.

★★★

ஜென் ஸீ இளைஞர்களின் ஆன்மீகச் சுற்றுலா ஆர்வத்தைக் குறித்து ஏற்கனவே பார்த்தோம். போலவே வழிபாடுகளிலும் ஆன்மிகத்திலும் இவர்களுக்கு நாட்டம் உண்டு. ஆனால் பழைய பாணியில் சடங்குகளைக் கறாராகப் பின்பற்றுவதாக இல்லாமல், தங்களுக்குப் பயனளிக்கும் வகையில் அவற்றை மறுவடிவு செய்து கொண்டிருக்கின்றனர்.

மதச் சடங்குகள், சம்பிரதாயங்களைக் கேள்வி கேட்காமல் அப்படியே ஏற்றுக்கொள்ள வேண்டுமென்பதுதான் உலகப் பொதுவிதி. ஆனால் தங்களுக்கு ஆர்வம் இருக்கும், வெளிப்படையாகப் பயனளிக்கும் செயல்பாடுகளையே இவர்கள் பின்பற்றுகின்றனர்.

மூன்றாமாண்டு இன்ஜினீயரிங் படிக்கும் ஒரு கல்லூரி மாணவன் பகிர்ந்துகொண்ட விஷயம் இது,

'தேர்வு நெருங்கும் நேரத்தில் ஸ்ட்ரெஸ் அதிகமாக இருக்கும். அப்போது யோகா, தியானம் ஆகியவற்றைச் செய்வேன். பண்டிகை வந்தால் கோயிலுக்குப் போவேன். அங்கே கிடைக்கும் கம்யூனிட்டி வைப் எனக்கு மிகவும் பிடிக்கும். அதைத் தாண்டி இந்த நாளில் முடிவெட்டிக்கொள்ளக்கூடாது, இன்று இதைச் சாப்பிடக் கூடாது போன்ற கட்டுப்பாடுகளிலெல்லாம் எனக்கு நம்பிக்கை இல்லை.'

மதச் சடங்குகளில் நம்பிக்கையில்லாமல் இல்லை, ஆனால் தங்கள் நவீன வாழ்க்கைமுறைக்கு ஏற்ற விஷயங்களை மட்டும் செய்வது, பிறவற்றை ஒதுக்கிவிடுவது என்பது ஜென் ஸீ இளைஞர்களின் பொதுப் போக்காக இருக்கிறது.

பெரும்பாலான ஜென் ஸீ இளைஞர்கள் தொழில்நுட்பத்தின் வழியாகவே ஆன்மிகத்தை அணுகுகின்றனர்.

மந்திரங்கள், பக்திப் பாடல்களை ஒலிக்கவிடும் வழிபாட்டுச் செயலிகள், பண்டிகைகள், இன்றைய ராசிபலன்களைக் குறிக்கும் ஆன்மீக கேலண்டர்கள் ஆகியவற்றைத் தங்கள் அலைபேசியில் தரவிறக்கி வைத்திருக்கின்றனர்.

சமூக வலைதளங்களில் நவீன ஆன்மீகச் செல்வாக்காளர்களைப் பின்தொடர்கின்றனர். அமைதியளிக்கும் ஆன்மிக வாசகங்களைப் பகிர்ந்துகொள்கின்றனர். வழிபாடுகள் , பண்டிகைகளின் பின்னால் இருக்கும் தாத்பரியங்களை விளக்கும் வீடியோக்களை ஆர்வமுடன் பார்க்கின்றனர்.

பண்டிகைகளைப் பொறுத்தவரை, முழுமையான மதச் சடங்கு என்பதைக் காட்டிலும் கொண்டாடுதல் எனும் எண்ணமே மேலோங்கி இருக்கிறது. அந்தக் கொண்டாட்டங்கள் சமூக வலைதளங்களில் பகிர்ந்துகொள்ளப்படும் முக்கியமான கன்டென்ட்டாகவும் இருக்கின்றன. விழாக்களுக்குத் தயாராகும்

BTS (Behind the Scenes) செயல்பாடுகள், புத்தாடைகள், அலங்காரங்கள், குடும்ப வழக்கங்கள், அதை ஏன் கடைப்பிடிக்கிறோம் என்பதற்கான விளக்கங்கள் போன்றவற்றைத் தாராளமாகப் பகிர்ந்துகொள்கின்றனர்.

இதில் குறிப்பிடத் தகுந்த மற்றோர் அம்சம், மத நல்லிணக்கம். தீபாவளிக்கு முஸ்லிம், கிறிஸ்தவ நண்பர்களை வீட்டுக்கு அழைப்பதில் இவர்களுக்கு எந்தத் தயக்கமும் இருப்பதில்லை. மதம் இனம் மொழி என்று பாரபட்சம் பார்க்காமல் கிறிஸ்துமஸ், ஹோலி, ஓணம் என எல்லாப் பண்டிகைகளையும் கொண்டாடுகின்றனர், நண்பர்களுடைய கொண்டாட்டங்களில் பங்கெடுத்துக்கொள்கின்றனர். இந்தப் போக்கு, பெருநகரங்களில் அதிகமாகக் காணப்படுகிறது.

பண்டிகைகளைக் கொண்டாடுவதில் தயக்கமில்லை என்றாலும் சடங்கு, சம்பிரதாயம் குறித்து இவர்களிடம் ஏராளமான கேள்விகள் இருக்கின்றன.

'பெரியவங்க சொன்னா அப்படியே செய்வோம், நாங்களெல்லாம் கேள்வி கேட்டதே கிடையாது என்று பாட்டி அடிக்கடி சொல்வாள். ஆனால் கண்மூடித்தனமாக ஒன்றைச் செய்வதில் எனக்கு உடன்பாடில்லை. எதற்காகச் செய்கிறோம் ஏன் செய்கிறோம் அதனால் என்ன பயன் போன்றவற்றைத் தெரிந்து கொள்ளும்போதுதான் அதில் ஓர் ஈடுபாடு வரும். அப்படி விளக்கம் சொல்ல முடியாமல் சம்பிரதாயமாகச் செய்யப்படும் சடங்குகளில் நான் பங்கெடுப்பதில்லை. முடிந்தவரை ஒதுங்கிக் கொள்வேன்.' அலுவலகத்தில் பணியாற்றும் ஜென் ஸீ பெண் கொடுத்த தன்னிலை விளக்கம் இது.

இவர்களுடைய கேள்விகள் கடவுள் நம்பிக்கையில் மறுப்பைத் தெரிவிப்பவையாக இல்லை. சடங்குகளின் பின்னால் இருக்கும் நோக்கத்தைப் புரிந்துகொள்ளுவதற்காகவே அதிகம் கேட்கப்படுகின்றன.

மத நூல்கள், வழிபாடுகளை அப்படியே பின்பற்றுவதைக் காட்டிலும், அதை நவீன வாழ்க்கைக்கு ஏற்பப் பொருத்திப் பார்ப்பதை விரும்புகின்றனர்.

'செயலுக்கு மட்டுமே நீ பொறுப்பு பலனுக்கு அல்ல.'

‘எதை நீ அதிகம் விரும்புகிறாயோ... அதை நீ விரைவில் வெறுப்பாய்.’ போன்ற கீதை வசனங்களை வாழ்வியல் வழிகாட்டியாகவும், ‘பிறரது பாராட்டுக்கும் பழிக்கும் செவி சாய்த்தால் மகத்தான காரியம் எதையும் செய்ய முடியாது’ போன்ற வேதாந்தக் கருத்துகளை நவீன உளவியல் சூத்திரங்களாகவும் பார்க்கின்றனர். பாரம்பரிய யோக தியான முறைகளை உடல், மன ஆரோக்கியத்தைப் பேணும் வழிமுறையாகக் காண்கின்றனர்.

அதிலும் குறிப்பாக தியானம் செய்வது மதத்திலிருந்து முற்றிலுமாகப் பிரித்தெடுக்கப்பட்டுவிட்டது. அறிவியல்பூர்வமாகவும் உள்ளத்தைக் குவித்து தியானம் செய்வதின் பயன்கள் நிறுவப்பட்டுவிட்டதால், அது மதத்தைத் தாண்டி மனநலத்தைப் பேணும் ஓர் ஆரோக்கியக் கருவியாகவே பார்க்கப்படுகிறது. ஹெட் ஸ்பேஸ், *calm* போன்ற செயலிகளுடன் தினமும் தியானம் செய்வதை ஓர் ஆரோக்கியப் பழக்கமாக ஜென் ஸீ இளைஞர்கள் கடைப்பிடிக்கின்றனர்.

போலவே சில ஆன்மிகச் செயல்பாடுகள், மன நலத்தைப் பேணும் வழிமுறைகளாக மீட்டுருவாக்கம் செய்யப்பட்டிருக்கின்றன. பணிச்சுமை, மன அழுத்தம், உறவுச் சிக்கல்கள், போன்றவற்றிலிருந்து விடுபட்டு மனத்தை மகிழ்ச்சியாக வைத்துக்கொள்வதற்கு ஆன்மிகச் செயல்பாடுகள் உதவுகின்றன. ஆங்க்ஸைட்டி, டிப்ரஷன் போன்ற தீவிர உளச் சிக்கல்களுக்கு மருந்து மாத்திரைகளுடன், தியானப் பயிற்சிகளும் பரிந்துரை செய்யப்படுகின்றன.

வட்டார மொழிகளில் மதச் சடங்குகளைப் பற்றிப் பேசும் யூட்யூப் வீடியோக்கள், அன்றாடப் பிரச்சனைகளுக்கு ஆன்மிக வழியில் தீர்வுகளைச் சொல்லும் நவீன குருமார்கள், உடலைக் கட்டுக்கோப்பாக வைத்திருக்க உதவும் யோகா ஸ்டூடியோக்கள், ஆன்மீகத்தையும் , உளவியலையும் இணைத்துக் கொடுக்கப்படும் கவுன்சலிங் போன்றவை ஜென் ஸீ இளைஞர்களால் பரவலாக விரும்பப்படுகின்றன.

இதனால் ஜென் ஸீ இளைஞர்கள், மத நம்பிக்கையற்றவர்கள் ஆனால் ஆன்மிகத் தேடல் கொண்டவர்கள் என்று பொதுவாக *(SBNR-spiritual but not religious)* அறியப்படுகின்றனர்.

இப்படி மத நம்பிக்கைகளையும், ஆன்மிகத்தையும் முற்போக்காகப் பார்க்கும் ஜென் ஸீ இளைஞர்களுக்கு குடும்பத்தினரிடமிருந்தோ சுற்றத்திடமிருந்தோ ஆதரவு கிடைப்பதில்லை.

அடிக்கடி கோயிலுக்குச் செல்வது, தினமும் வழிபடுவது, எல்லா மதச் சடங்குகளிலும் பங்கு கொள்வது, குறிப்பிட்ட நாள்களில் உணவுக் கட்டுப்பாடுகளைக் கடைப்பிடிப்பது போன்றவையே பெரும்பாலான குடும்பத்தினரின் எதிர்பார்ப்புகளாக இருக்கின்றன. தங்களுக்கு வசதியான சடங்குகளை மட்டும் செய்வது சரியாகாது, எல்லா மதத்தையும் போட்டுக் குழப்பிக்கொள்ளாமல் ஒன்றுக்கு உண்மையாக இருக்க வேண்டும், இல்லையென்றால் நமெக்கென்று ஒரு தனிப்பட்ட அடையாளம் இல்லாமல் போய்விடும் என்பது போன்ற விமர்சனங்களையும் எதிர்கொள்கின்றனர்.

ஆனால் மத நம்பிக்கைகளையும், ஆன்மிகத்தையும் ஜென் ஸீ தலைமுறையினர் முற்றாக ஒதுக்கிவிடவில்லை. நவீனத் தேவைகளுக்கு ஏற்ப, அவற்றைத் தகவமைத்துக் கொண்டிருக்கின்றனர். முழுமையாக அர்ப்பணித்தல் என்பதைக் காட்டிலும், பயனுள்ள செயல்பாடுகளில் ஈடுபடுவதை விரும்புகின்றனர். அதில் இன, மத, மொழி வேறுபாடுகளைப் பார்ப்பதில்லை. வருங்காலத்தில் இவர்களின் தேவைக்கேற்ப, பல்வேறு கலாசாரங்களையும் இணைத்த ஆன்மிகச் செயல்பாடுகள் உருவாகிவருவதற்கான சாத்தியங்கள் இருக்கின்றன.

சரி, உணவு, ஆன்மிகம் போன்ற அடிப்படை விஷயங்களில் ஏற்பட்ட மாற்றங்களைப் பார்த்தோம். இந்த மாற்றங்கள் குடும்பங்களில் எப்படி ஏற்றுக்கொள்ளப்படுகின்றன?

அடுத்த அத்தியாயத்தில் பார்க்கலாம்.

டீசர் கேள்வி,

உங்கள் குடும்பத்தில் சுற்றுலா செல்வதற்கான இடங்களைத் தேர்வு செய்பவர்கள் யார்?

29. தொழில்நுட்ப ஆசிரியர்கள்

பதினைந்தாயிரம் வரவு வைக்கப்பட்ட குறுஞ்செய்தியைக் காண்பித்தார் தயாளன் சார்.

'என்ன சார் மாசக்கடைசில லம்ப்பா பணம் வந்துருக்கு?'

'இது வராதுன்னு தண்ணி தெளிச்சு விட்ட பணம் மா, என் பொண்ணு வரவழைச்சுட்டா.' என்றார். 'அடடே அப்படியா?' என்று கேட்க உற்சாகமாக அந்தக் கதையைச் சொன்னார்.

பிளஸ் டூ முடித்தவுடன், நுழைவுத் தேர்வுப் பயிற்சிக்காக நொய்டாவுக்குச் செல்ல விரும்பியிருக்கிறாள் மகள். அவளை நொய்டாவுக்கு அழைத்துச் சென்று, பயிற்சி நிறுவனத்தில் சேர்த்துவிட்டு அருகிலிருந்த PG-யில் தங்குவதற்கு இடம்பார்த்திருக்கிறார்.

அங்கே ஒரு மாதம் தங்குவதற்கான தொகை பதினைந்தாயிரம். டெபாசிட் இன்னொரு பதினைந்தாயிரம். ஆக மொத்தம் முப்பதாயிரம் ரூபாயை ஆரம்பத்திலேயே கட்டிவிட வேண்டும். இடத்தைக் காலி செய்யும்போது டெபாசிட் தொகையைத் திரும்பத் தருவர்.

காலி செய்யும்போது, 'ஒரு வாரத்தில் உங்கள் அக்கவுண்ட்டுக்கு வந்துவிடும்' என்று சொல்லி அனுப்பியிருக்கின்றனர். ஒரு

வாரம் கழித்துக் கேட்டபோது மேனேஜரிடம் அப்ரூவலுக்குப் போயிருக்கிறது இன்னும் நாலைந்து நாள்களில் வந்துவிடும் என்றிருக்கின்றனர்.

இப்படியே ஒரு வாரம், பத்து நாள் என்று போக்கு காட்டியவர்கள், ஒரு கட்டத்தில் அழைப்பை எடுப்பதையே நிறுத்திவிட்டனர். அனுப்பிய மின்னஞ்சலுக்கும் பதிலில்லை.

பதினைந்தாயிரம் ரூபாய் சிறிய தொகை இல்லைதான், அருகில் இருந்தால் நேரே போய் கேட்கலாம். நொய்டாவுக்குப் போய்வர முடியுமா?அங்கே தெரிந்தவர்களும் யாருமில்லை. சரி நமக்கு விரயகாலம் என இவர் விட்டுவிட்டார்.

ஆனால் மகளுக்கு அப்படி விட்டுவிடுவதற்கு மனமில்லை. இவரிடமிருந்து ரசீதை வாங்கி, நெட்டில் தேடிப் படித்து நேஷனல் கன்ஸ்யூமர் ஹெல்ப்லைன் தளத்தில் புகார் அளித்திருக்கிறாள். ஒரே வாரத்தில் அவர்களிடமிருந்து அழைப்பு வந்திருக்கிறது.

'நாங்கள் தவறு செய்துவிட்டோம். கவனக்குறைவால் நடந்துவிட்டது. கவனமாக இருக்க வேண்டும் என்று நீங்கள் எங்களுக்குப் பாடம் புகட்டியிருக்கிறீர்கள். மிக்க நன்றி. தயவுசெய்து புகாரை வாபஸ் வாங்குங்கள்' என்று கெஞ்சியிருக்கின்றனர்.

'அந்த மேனேஜர் எப்படிக் குழைஞ்சு பேசினான் தெரியுமா? நான் கன்ஸ்யூமர் கோர்ட் பத்திக் கேள்விப்பட்டிருக்கேன். ஆனா இந்த மாதிரி ஒரு ஹெல்ப்லைன் இருக்கு, அதுல இப்படி கம்ப்ளெயிண்ட் பண்ணலாம்ங்கற விவரமே தெரியாது. சும்மா சொல்லக் கூடாது, தானாவே தேடி, எல்லா டீட்டெயில்ஸையும் அட்டாச் பண்ணி விவரமா கம்ப்ளெயிண்ட் பண்ணிட்டா.' என்று தன் ஜென் ஸீ மகளைப் பற்றிப் பெருமை பொங்கக் கூறினார் தயாளன் சார்.

★★★

பெரியவர்களுக்கு மரியாதை தர வேண்டும், பிள்ளைகளின் வாழ்க்கை முடிவுகளைப் பெற்றோர்களே எடுக்க வேண்டும், பிள்ளைகள் தமது தனிப்பட்ட விருப்பங்களைக் காட்டிலும் குடும்ப நலனுக்கே முக்கியத்துவம் தர வேண்டும், பெரும்பாலான இந்தியக் குடும்பங்கள் இந்த விதிகளின்படிதான் கட்டமைக்கப் பட்டிருக்கும்.

இதுபோன்ற விதிகளைத் தங்கள் தேவைகளுக்கேற்ற வகையில் வளைத்துக்கொள்பவர்களாகவும், நவீனச் சிந்தனைக்கு ஏற்ப மாற்றியமைப்பவர்களாகவும் இருக்கின்றனர் ஜென் ஸீ தலைமுறையினர்.

முதல் மாற்றம் கற்றலில் இருந்து தொடங்குகிறது. பெரியவர்கள் பிள்ளைகளுக்குச் சொல்லித் தருவதுதான் உலகப் பொது விதி. ஆனால் ஸ்மார்ட்ஃபோன் யுகத்தில் பிறந்த ஜென் ஸீ பிள்ளைகள் தொழில்நுட்பங்களை வேகமாகக் கற்றுக்கொள்கின்றனர். எனவே பெரும்பாலான குடும்பங்களில் அவர்களே தொழில்நுட்பங்களை அறிமுகப்படுத்தும் ஆசிரியர்களாகவும் இருக்கின்றனர்.

தாத்தா பாட்டிகளுக்கு யூட்யூப் பார்க்க, வாட்ஸப் செய்திகளை அனுப்பச் சொல்லித்தருகின்றனர். பெற்றோருக்காக சமூக வலைதளக் கணக்குகளை ஆரம்பித்துத் தருகின்றர். கூடவே வங்கிச் சேவைகளைப் பயன்படுத்துவது, பால் அட்டை வாங்குவது, மின்சாரக் கட்டணம் செலுத்துவது, ஆட்டோ புக் செய்வது போன்ற அன்றாடத் தேவைகளை ஆன்லைனில் எப்படி எளிதாகச் செய்யலாம் என்பதையும் கற்றுக்கொடுக்கின்றனர்.

‘யாராவது ஃபோன் பண்ணி ஓடிபி கேட்டா சொல்லிடாதீங்க. ஆதார் கார்டு அப்டேட் பண்ணித் தரேன், பணம் தரேன், பரிசு தரேன்னு யார் என்ன சொன்னாலும் என்னைக் கேக்காம பதில் சொல்லாதீங்க.’ என்று பெரியவர்களுக்கு சைபர் பாதுகாப்பு குறித்த விழிப்புணர்வை ஏற்படுத்துபவர்களும் இவர்களே.

இவர்கள் கற்றுக்கொடுக்கும் தொழில்நுட்பம் குடும்பத்தினரை இணைக்கும் சரடாகவும் மாறியிருக்கிறது. பிள்ளைகள் அதிகம் புழங்கும் சமூக வலைதளங்களில் பெரியவர்களும் ஆர்வத்துடன் இணைந்துகொள்கின்றனர். பிள்ளைகளின் நடவடிக்கைகளைக் கண்காணிப்பதுதான் தலையாய நோக்கம் என்றாலும் உறவினர்களின் செயல்பாடுகளையும் அதன் வாயிலாக அறிந்துகொள்கின்றனர்.

போலவே குடும்ப வாட்ஸப் குழுக்கள். உலகின் ஏதேதோ மூலையில் வசிக்கும் உறவுகளையெல்லாம் இணைத்து வாட்ஸப் குழுக்கள் உருவாக்கப்படுகின்றன. பிறந்த நாள் திருமண நாளுக்கு வாழ்த்துச் சொல்வது பண்டிகையின்போது க்ரூப் கால் செய்வது என அந்த

குழுக்கள் உறவுகளை உயிர்ப்புடன் வைத்திருக்க உதவுகின்றன. மீம், ஸ்டிக்கர்கள், ஜிஃப்-களை அனுப்புகிறவர்களாகவோ, தேவைப்பட்டால் பேசுபவர்களாகவோ அவற்றில் தவறாமல் இணைந்திருக்கின்றனர் ஜென் ஸீ இளைஞர்கள்.

இளைய குடும்ப உறுப்பினர்கள் இணைந்திருக்கும் வாட்ஸப் குழுவில் மனநலம் குறித்து வெளிப்படையாகப் பேசிக்கொள்கின்றனர்.

பெரியவர்களுக்கு ஒரு மொழி, தம் வயதையொத்த இளைஞர்களுடன் பேசும்போது ஆங்கிலமும் தமிழும் கலந்த தங்க்லீஷ், சமூக வலைதளங்களில் டிரெண்டிங்காக இருக்கும் சுருக்கச் சொற்கள் என இடத்துக்குத் தக்கவாறு தமது மொழியை மாற்றிக்கொள்கின்றனர்.

அடுத்ததாக முடிவுகளை எடுக்கும் உரிமை. பிள்ளைகள் உடுத்தும் உடை, உணவு, படிப்பு கல்லூரி என எல்லாவற்றையும் பெற்றோர்களே முடிவு செய்து கொண்டிருந்தனர். பிள்ளைகளுக்கு எது சிறந்தது என்று பெற்றவர்களுக்குத்தான் தெரியும். அவர்கள் எடுக்கும் முடிவே சிறந்ததாக இருக்கும் என்று நம்பப்பட்டது.

ஆனால் இப்போது ஜென் ஸீ இளைஞர்கள் சுயமாக முடிவெடுப்பதை விரும்புகின்றனர். இணையத்தில் தேடி பல்வேறு சாத்தியங்களையும் ஆராய்ந்து தங்களுக்குப் பொருத்தமானவற்றைத் தேர்ந்தெடுக்கின்றனர். தங்களுடைய தனிப்பட்ட விஷயங்கள் மட்டும்தான் என்றில்லை, குடும்பத்துக்குத் தேவையான மின்னணுப் பொருள்களை வாங்குவது, விழாக்களைக் கொண்டாடுவது, சுற்றுலா செல்வதற்கான இடங்களைத் தேர்ந்தெடுப்பது போன்ற பொதுவான முடிவுகளை எடுப்பதிலும் இந்த இன்டர்நெட் தலைமுறையின் பங்கு கணிசமானளவில் அதிகரித்திருக்கிறது.

கடந்த ஆண்டு 'சிறிய குரல், பெரிய தேர்வுகள்' எனும் தலைப்பில் ஹில்ட்டன் நிறுவனம் வெளியிட்ட அறிக்கையின்படி, தொண்ணூற்று மூன்று சதவீதம் ஜென் ஸீ, ஜென் ஆல்ஃபா தலைமுறையினரே குடும்பச் சுற்றுலாக்களைத் தீர்மானிப்பவர்களாக இருக்கின்றனர்.

உயர்கல்வி, வேலை, திருமணம் போன்ற முக்கியமான விஷயங்களில் முடிவெடுக்கும் உரிமை சென்ற நூற்றாண்டுவரை பரவலாகக் குடும்பத்துப் பெரியவர்களிடமே இருந்தது. ஏனென்றால் இவை

தனி நபரை மட்டுமல்லாமல், சமூகத்தில் ஒரு குடும்பத்தின் அந்தஸ்தைப் பாதிக்கும் அம்சங்களாகவும் இருப்பவை. மத்தியதரக் குடும்பங்களில் கௌரவப் பிரச்சனையாகப் பார்க்கப்படுபவை.

இதில் இந்த ஸூமர் தலைமுறையின் நவீன எதிர்பார்ப்புகளைப் பற்றியும், குடும்பங்களின் நிலைப்பாட்டைக் குறித்தும் அடுத்ததாகப் பார்க்கலாம்.

டீசர் கேள்வி,

காதல் காலம் என்னும் பதத்தைக் கேள்விப்பட்டிருக்கிறீர்களா?

30. நவீனச் சாத்தியங்கள்

'இவன் ஜாயின் பண்ணப்போற கம்பெனில இன்னிக்கு ஒரு ஆன்லைன் டிரெயினிங் சொல்லிருந்தாங்க. அக்கறையா போன் பண்ணி விசாரிச்சா, நீ என்ன ஸ்கூல் டீச்சரா அட்டெண்டென்ஸ் எடுக்கறன்னு நக்கலா கேக்கறான்.' சித்ரா மேடம் தன் ஜென் ஸீ மகனைப் பற்றிப் புலம்பிக் கொண்டிருந்தார். அலட்சியமாக இருந்து பயிற்சி வகுப்பை மறந்துவிடப் போகிறானே என்று இவருக்குப் பயம்.

இப்படித்தான் அவன் பன்னிரண்டாம் வகுப்பு பொதுத் தேர்வு எழுதும்போது இரண்டு மாதங்கள் விடுப்பு கேட்டார்.

'படிச்சு எழுதப்போறது அவன், உங்களுக்கு எதுக்கு ரெண்டு மாசம் லீவு?' என்று கேட்ட மேனேஜரிடத்தில், 'பிளஸ்டூன்னா என்னன்னு தெரியுமா? தாய்ப்பாசம்னா என்னன்னு தெரியுமா?' என எமோஷனலாகச் சண்டை போட்டு விடாப்பிடியாக ஒன்றரை மாதங்கள் விடுப்பு எடுத்துக்கொண்டார்.

தன் மகன், தேர்வுகளில் நல்ல மதிப்பெண் எடுத்து ஐஐடி, என்ஐடி போன்ற புகழ்மிக்கக் கல்லூரிகளில் சேரவேண்டும் என்பது அவருடைய விருப்பம். ஆனால் பிஸினஸ் மேனேஜ்மென்ட் படிக்கப்போவதாகச் சொல்லிவிட்டான் மகன்.

'ஏன்டா? சயன்ஸ் குரூப் எடுத்துட்டு இன்ஜினீயரிங் படிக்க மாட்டேங்கற? நீ படிக்கறத்துக்காக எவ்ளோ வசதி பண்ணிக் கொடுத்திருக்கோம்? எத்தனையோ நல்லா படிக்கற பசங்க படிக்க காசில்லாம, கரன்ட்டு கூட இல்லாம, கூலி வேலை செஞ்சு தெருவிளக்குல படிச்சு ஐஏஎஸ் ஆகி...' என அவனிடமும் சென்டிமென்ட்டாகப் பேச ஆரம்பிக்க,

'படிக்கறதுக்குப் பணங்காசு மட்டுமில்லம்மா, வயசுகூட ஒரு மேட்டர் கிடையாது. நாப்பது வயசுக்கு மேல படிச்சு பெரியாளானவங்களெல்லாம் இருக்காங்க. நீ வேற தண்டமா ஒன்றரை மாசம் லீவு போட்டிருக்க. வீட்டுல நிறையா வசதி இருக்கு. அதை வேஸ்ட் பண்ணாம ஏதாவது கோர்ஸ் பண்ணு, எக்ஸாம் எழுது, நான் அப்ளை பண்ணித் தரேன்.' என சீரியஸாகச் சொல்லியிருக்கிறான் மகன்.

அவன் விரும்பிய கல்லூரிலேயே சேர்ந்து, படித்து முடித்து நல்ல கம்பெனியிலும் தேர்வாகிவிட்டான். ஆனால் அதை சீக்கிரமே விட்டுவிட்டு ஸ்டார்ட்டப் ஒன்றைத் தொடங்கப்போவதாகச் சொல்லி, சித்ரா மேடம் வயிற்றில் புதினா சட்னியைக் கரைத்துக் கொண்டிருக்கிறான்.

★★★

பொறியியல், மருத்துவம், அரசு வேலை அல்லது குடும்பத் தொழிலைப் பார்த்துக்கொள்வது எனப் பெற்றோர்களால் முடிவு செய்யப்பட்ட பாதையிலேயே முந்தைய தலைமுறையினர் சென்றனர்.

ஆனால் கன்டென்ட் உருவாக்கம், டிஜிட்டல் மார்க்கெட்டிங், ஃப்ரீலான்ஸ் கன்சல்ட்டிங், துளிர்த் தொழில் என நவீனத் துறைகளை முயன்று பார்க்க விரும்புகின்றனர் ஜென் ஸீ இளைஞர்கள்.

தங்களுக்கு ஆர்வமிருக்கும், திறன்களை மேம்படுத்திக்கொள்ள வாய்ப்பளிக்கும், விரைவாகப் பணம் சம்பாதிக்கும் சாத்தியங்களைக் கொண்டத் துறைகளையே இவர்கள் தேர்வு செய்கின்றனர். புதிய துறைகளில் இருக்கும் ஆபத்துகளையும், நிலையற்ற தன்மையையும் குடும்பத்தினர் வலியுறுத்தினாலும் இறுதி முடிவை எடுப்பது பெரும்பாலும் இளைஞர்கள்தாம்.

தொழில்நுட்பத்தை எளிதாகக் கையாளத் தெரிந்ததினால், படிக்கும் காலத்திலேயே கணிசமான இளைஞர்கள் பக்கவாட்டுப் பணிகளின் மூலம் வருமானம் ஈட்டத் தொடங்கிவிடுகின்றனர். இந்தப் பொருளாதாரச் சுதந்திரம், குடும்பத்தில் அவர்களுக்கென ஒரு குரலை உருவாக்கிக்கொடுத்திருக்கிறது.

'நான் சோஷியல் மீடியாவில் வெட்டியாக நேரத்தை செலவு செய்கிறேன் என்றுதான் பெற்றோர் நினைத்துக்கொண்டிருந்தனர். இரண்டு வருடங்கள் தொடர்ச்சியாக வருமானம் வந்தபிறகுதான் இதை ஒரு பணி என்றே ஒப்புக்கொண்டிருக்கின்றனர். இப்போது என் அம்மாவும் வீடியோ போடுவதற்கு ஐடியா கொடுக்கிறார்.' அடையாறில் வசிக்கும் ஓர் இன்ஃப்ளூயன்ஸர் யுவதியின் அனுபவம் இது.

நவீனத் துறைகளும், வேலைவாய்ப்புகளும், அதற்கான கட்டுமானங்களும் அதிகமாக நகரங்களிலேயே இருக்கின்றன. சிற்றூர்களில் இருக்கும் இளைஞர்கள், நவீனத் தொழில் முயற்சிகளுக்குப் பெரும்பான்மையாக இணையதளங்களையே நம்பியிருக்கின்றனர்.

இறுதியாக ஆண் பெண் உறவு. ஆண், பெண் நண்பர்களைக் குடும்பத்தில் அறிமுகப்படுத்துவதும், குடும்பத்தினர் அதை ஏற்றுக்கொள்வதும் நகரங்களில் பரவலாக அதிகரித்திருக்கிறது.

மேற்படிப்புக்காக, வேலையில் முன்னகர்வதற்காக, தனிப்பட்ட காரணங்களுக்காகத் திருமணத்தைத் தள்ளிப்போடுவதையும், காதல் திருமணங்களையும் அங்கீகரிக்கும் விகிதம் கணிசமாகக் கூடியிருக்கிறது.

பெற்றொர்களால் பார்த்து வைக்கப்படும் திருமணங்களில், சாதி, அந்தஸ்து, வரதட்சணை, ஜாதகப் பொருத்தம் போன்றவற்றோடு பிள்ளைகளின் விருப்பமும் வரனை முடிவு செய்யும் முக்கிய அம்சமாகக் கருதப்படுகிறது.

இளைஞர்கள் வேலை, சம்பளம், பொதுவான கருத்துகள், பிடித்தது, பிடிக்காதது எனப் பல விஷயங்களும் ஒத்துப்போக வேண்டும் என்று எதிர்பார்க்கின்றனர். இதனால் திருமணத்தை உறுதிசெய்வதற்கு, நிதானமாகப் பழகிப்பார்க்கும் காதல் காலம்

(கோர்ட்ஷிப் பீரியட்) சில மாதங்களாவது கட்டாயம் வேண்டும் என்கின்றனர்.

ஊரைக் கூட்டி, ஆடம்பரமாக மணம் செய்துவைத்துப் பிறகு பிரிவதைக் காட்டிலும், முன்னரே புரிந்துகொண்டு விலகுவது நல்லது எனப் பெற்றோரும் இந்தக் காதல் காலத்தை ஆதரிக்கின்றனர்.

ஆனால், இது போன்ற நவீனப் போக்குகள் பெரும்பான்மையாக ஏற்றுக்கொள்ளப்பட்டிருப்பது நகரங்களில்தான். சிற்றூர்களில் இன்றளவும் இறுக்கமான சாதிய, சமூகக் கட்டுப்பாடுகள் கடைப்பிடிக்கப்படுகின்றன. ஆங்காங்கே ஆணவக் கொலைகளும் நடைபெறுகின்றன.

மேலும் பெண்கள் என்றால் குறிப்பிட்ட படிப்புகளை மட்டும் படித்து, கௌரவமான வேலைகளுக்குச் சென்று, அல்லது செல்லாமல் வீட்டோடு அடங்கி இருக்க வேண்டும் என்பது போன்ற பாலினப் பேதங்களைப் பாராட்டும் வழக்கமும் சிற்றூர்களில் மிகுந்து காணப்படுகின்றன.

குடும்பத்தின் நிதி நிலைமையைப் பொறுத்தும் இளைஞர்களின் செய்கைகளுக்கான ஆதரவு வேறுபடுகிறது.

அதிக வருமானம் கொண்ட குடும்பங்கள், இளைஞர்களின் வித்தியாசமான தொழில் முயற்சிகளை ஆதரிப்பவையாகவும், புது உறவுகளை ஏற்றுக் கொள்பவையாகவும் இருக்கின்றன. பொருளாதார ரீதியாக உதவ முடியவில்லை என்றாலும், ஏழ்மைக் குடும்பங்களால் இளைஞர்களின் நவீனப் போக்குகளை எதிர்க்க முடிவதில்லை.

பாரம்பரிய வழக்கங்களைக் கைவிட முடியாமலும், நவீனச் சாத்தியங்களையும், இளைஞர்களின் சுதந்திரப் போக்கை முற்றிலும் ஏற்றுக்கொள்ள முடியாமலும் தவிப்பது மத்தியவர்க்கக் குடும்பங்கள்தான்.

சரி, இந்த சென்ட்டினியல் தலைமுறையின் குணநலன்களையும், எதிர்பார்ப்புகளையும், நேர்மறை அம்சங்களையும் முப்பது அத்தியாயங்களில் விரிவாகப் பார்த்துவிட்டோம்.

இவர்களிடம் பெருவாரியாகக் காணப்படும் எதிர்மறை விஷயங்களைப் பற்றியும் இறுதியாகப் பேசிவிடலாம்.

31. வருங்காலத் தலைமுறை

உறவினரது மகனுக்கு ஐதராபாத்தில் வேலை கிடைத்தது. இருவருமே வேலைக்குச் செல்பவர்கள். அவர்களுக்கு ஒரே மகன். கொஞ்சம் வளர்ந்ததும் அவனுக்குத் தனியறை வேண்டும் என்பதற்காகவே மூன்று படுக்கையறை கொண்ட வீடாகப் பார்த்து வாடகைக்குச் சென்றனர்.

கல்லூரி விடுதியில் சேர்த்துவிட்டபோது இரண்டு மாதங்களில் திரும்பி வந்துவிட்டான். இரவில் விளக்கைப் போடுகின்றனர், அலமாரியைக் கலைக்கின்றனர், கழிவறையைச் சுத்தமாக வைத்துக்கொள்ளவில்லை என ஏகப்பட்டக் காரணங்கள். பிறகு தினமும் ஒன்றரை மணி நேரம் கல்லூரிப் பேருந்தில் பயணம் செய்து போய்வந்தான்.

ஐதராபாதில் அவனுக்கு வீடுபார்த்துக் குடியமர்த்தி வைப்பதற்காகச் சென்றனர். மூன்று பேர், நான்கு பேர் பகிர்ந்துகொள்ளும் அறைகள் அங்கு ஏராளமாக இருக்கின்றன. ஆனால், மகன் தனியறைதான் வேண்டுமென்றான்.

தனியறைகளின் வாடகை அவனுடைய சம்பளத்தில் முக்கால்பாகம் இருந்தது. மேற்படி செலவுகளுக்குப் பெற்றோர்தான் பணம் அனுப்ப வேண்டும். புறநகர்ப் பகுதியில் பார்க்கலாமென்றால், அவனுக்குக் காலையில் சீக்கிரம் எழுந்து தானாகக் கிளம்ப முடியாது.

இணையதளங்கள், புரோக்கர்கள், நண்பர்கள் என தனக்குத் தெரிந்த எல்லா வழிகளிலும் முயன்று மும்முரமாக வீடு தேடிக் கொண்டிருக்கின்றனர்.

★★★

நிலையான வருமானத்தை ஈட்டுவது, குடும்பத்தின் வருங்காலப் பாதுகாப்பை உறுதிசெய்வது போன்றவை முந்தைய தலைமுறை மக்களை இயங்க வைக்கும் ஆதார சக்திகளாக இருந்தன. பெரிய இடர்பாடுகளைப் பார்க்காமல் ஓரளவு வசதியான நிதிநிலைமையில் வளர்ந்த ஜென் ஸீ தலைமுறையிடம் அத்தியாவசியக் குறிக்கோள்கள் என எதுவும் இல்லை.

கட்டாயத் தேவை என ஒன்று இல்லாததால் தீவிரமான லட்சியங்கள் இல்லாதவர்களாக, தங்களது சொகுசுப் பிரதேசத்திலிருந்து வெளியே வராதவர்களாக எல்லாவற்றையும் மேம்போக்காக அணுகும் இயல்புடன் இருக்கின்றனர்.

இருபது வயதைக் கடந்த பிறகும் போக்குவரத்து முதல் பொழுதுபோக்குச் செலவுவரை பெற்றோர்களிடமிருந்து எதிர்பார்க்கின்றனர். அது தவறு என்னும் எண்ணம் இவர்கள் சிந்தனையில் விதைக்கப்படவில்லை. கொஞ்சம் சம்பாதித்து இதைச் சமாளித்துக்கொள்ளும் பிள்ளைகளும், திறன்பேசி, வாகனம் வாங்குவது தொழில் தொடங்குவது போன்ற பெரிய செலவுகளுக்கு பெற்றோரின் ஆதரவையே நம்பியிருக்கின்றனர்.

பெரிய வேலைக்குச் சென்று நிறையச் சம்பாதிக்கும் இளைஞர்கள், குடும்பத்துச் செலவுகளில் பெரிதாகப் பங்குகொள்வதிலை. தங்களது தனிப்பட்ட விருப்பங்களுக்கும் சொகுசான வாழ்க்கைக்குமே முன்னுரிமை தருகின்றனர்.

தேவை இருக்கிறதோ இல்லையோ சமூக வலைதளங்களில் பார்க்கும் பொருள்களை உடனடியாக வாங்கிவிடுகின்றனர். போதிய பணம் இல்லையென்றாலும் தவணைமுறை சலுகைகளைப் பயன்படுத்திக்கொள்கின்றனர். 'அவசரகால நிதி' என ஒரு தொகையைச் சேமித்து வைக்கும் வழக்கமும் பெரும்பான்மையாக இல்லை. இது வருங்காலத்தில் என்னென்ன விளைவுகளை ஏற்படுத்தும் என்பதை அவர்களால் சிந்திக்க முடிவதில்லை.

அடுத்ததாக அரசியல் அக்கறையின்மை. ஜென் ஸீ இளைஞர்களின் அரசியல் ஆர்வம் சமூக வலைதளங்களில் வீராவேசப் பதிவுகளைப் பகிர்வதோடு நின்றுவிடுகிறது. அவ்வப்போது வைரலாகும் செய்திகளை மட்டும் கவனிக்கின்றனர். அதைக் குறித்த விரிவான தேடலோ, எல்லாத் தரப்பு நியாயங்களையும் அலசிப் பார்க்கும் பொறுமையோ இருப்பதில்லை. மேலும் அடுத்த வம்புச் சண்டை வந்தவுடன் முந்தைய செய்தி உடனடியாக மறக்கப்பட்டுவிடும்.

அரசியல் வரலாறு தெரியாமல் இருக்கும் தலைமுறை என்பதால் பல நூற்றாண்டுகள் போராடிக் கிடைத்த விஷயங்களின் மதிப்பறிவதில்லை. பெண்கள் தங்கள் வசதிக்கேற்ற ஆடை அணிவது முதல் வேலைக்குச் செல்வதுவரை இன்றிருக்கும் உரிமைகளைப் போராடித்தான் பெற்றுள்ளனர். அதன் முக்கியத்துவம் உணராமல் வீட்டை கவனித்துக்கொள்வதை மட்டுமே பெண்கள் செய்தால் போதும் என்கிற பிம்பத்தை இன்ஸ்டாவில் உருவாக்குகிறார்கள். அவரவர் விரும்பும் வாழ்வைத் தேர்தெடுக்கலாம்தான், ஆனால் நம்முடைய தேர்வு அரசியல் நோக்கத்துக்காக எடுத்தாளப்படுகிறது என்பதை அறியாது துணைநிற்கிறார்கள். டிராட்வைஃப் *(Trad-wife)* சொல் தற்போது அகராதியிலேயே சேர்க்கப்பட்டுவிட்டது. இடஒதுக்கீடு போன்ற விஷயங்களிலும் அறிவுப்பற்றாக்குறையால் உரிமைகளை எளிதாக விட்டுக்கொடுத்துவிடுகிறார்கள்.

அரசியலைப் போலவேதான் சமூகப் பிரச்சனைகளும். சிறிய காணொளிகளைப் பார்ப்பது, கருத்திடுவது, தங்கள் கருத்துகளுடன் ஒத்துப்போகும் குழுக்களுடன் மட்டுமே பேசுவது, அடுத்த பரபரப்புச் செய்தி வந்தவுடன் முந்தைய விஷயத்தை அடியோடு மறந்துவிடுவது.

உலகம் முழுக்கப் பல நாடுகளில் ஜென் ஸீ புரட்சி என்னும் செய்திகளைப் பார்க்கிறோம். ஆழமான அரசியில் புரிதலின்றி அரசுக்கு எதிராகத் திரளும் இவர்கள் கூட்டத்தை அரசியல் கட்சிகள் உள்ளே புகுந்து ஹைஜாக் செய்வதுதான் பெரும்பாலும் நடக்கிறது. முகத்தில் துணியைக் கட்டிக்கொண்டு “புரோ நாங்க ஊர்வலம்தான் போனோம் புரோ. தீ வைச்சது, அடிச்சிக் கொன்றது எல்லாம் நாங்க இல்ல புரோ” என்று எல்லாம் முடிந்த பின்னர் அவர்கள் கொடுக்கும் பேட்டிகளை எல்லா புரட்சிகளிலும் பார்க்க முடிகிறது.

இந்த மேம்போக்கான மனப்பாங்குக்கும், லட்சிய வறுமைக்கும் இவர்களை மட்டுமே குற்றம் சொல்லிவிட முடியாது. இவர்கள் வளர்க்கப்பட்ட விதம், சுற்றியிருக்கும் சமுதாயம், தொழில்நுட்ப வளர்ச்சியினால் ஏற்பட்ட வேகமான மாற்றங்கள் முதலியவை இவர்களைக் கட்டமைப்பதில் பெரும்பங்கு வகித்திருக்கின்றன.

ஜென் ஸீ தலைமுறையின் பெற்றோர்கள் பெரும்பான்மையாக எழுபதுகளிலும் எண்பதுகளிலும் பிறந்தவர்கள்தான். தாங்கள் பட்ட கஷ்டம் எதுவும் தங்கள் குழந்தைகள் பட்டுவிடக் கூடாது என்று செல்லமாக, அளவுக்கு மீறிய பாதுகாப்புடன் குழந்தைகளை வளர்த்திருக்கின்றனர்.

நன்றாகப் படிக்க வேண்டும், பெரிய கல்லூரிகளில் சேர வேண்டும், நிறைய சம்பாதிக்க வேண்டும் என்பது போன்ற 'கோப்பை மனப்பான்மையையே' பெரும்பான்மையாக விதைத்திருக்கின்றனர்.

தங்கள் பெற்றோர்களைப் போலக் கண்டிப்புடன் இல்லாமல், குழந்தைகளின் தவறுகளைப் பெரிதுபடுத்தாமல், 'பரவாயில்லை' எனச் செல்லம் கொடுத்து ஆளாக்கியிருக்கின்றனர். இதனால் சுடுசொற்களைத் தாங்க முடியாதவர்களாக, தோல்வியைச் சந்திக்க இயலாதவர்களாக, பெற்றோருடைய ஆதரவை என்றும் எதிர்நோக்கி இருப்பவர்களாக அவர்கள் வளர்ந்து நிற்கின்றனர்.

விமர்சனங்களை ஏற்க முடியாத தன்மை, கல்விக்கூடங்களிலும், பணியிடங்களிலும் அவர்களுடைய மிகப்பெரிய பிரச்சனையாக உருவெடுத்து நிற்கிறது. கடினமான சூழல்களையும், பின்னடைவுகளையும் எதிர்கொள்ள முடியாமல் தங்களுடைய வசதிப் பிரதேசத்துக்குள்ளேயே வசிக்க விரும்புகின்றனர்.

சமூக வலைதளங்களின் பயன்பாடு இவர்களை அதிகமான மனச் சோர்வுக்கும், தனிமையுணர்வுக்கும் இட்டுச் சென்றிருக்கிறது. குடும்பத்தின் எதிர்பார்ப்புகளுக்கும், சுற்றியிருக்கும் சமூகத்தின் கட்டுப்பாடுகளுக்கும், திரையில் பார்க்கும் கணக்கற்ற சாத்தியங்களுக்கும் இடையே எதைநோக்கி முன்நகர்வது என்று தெரியாமல் குழம்பி நிற்கின்றனர்.

சரி, இதற்கெல்லாம் தீர்வுதான் என்ன? சில பிரச்சனைகளை உடனடியாகத் தீர்த்துவிட முடியாது.

பிரச்சனையைத் தீர்ப்பதற்கான முதல்படி அது தங்களிடம் இருப்பதை அறிந்துகொள்வதுதான். தங்களது போதாமைகள் குறித்த விழிப்புணர்வு ஜென் ஸீ தலைமுறையிடம் பரவலாக இருக்கிறது. அதை வெளிப்படையாக ஒப்புக்கொள்ளவும் செய்கின்றனர்.

அவற்றைச் சரிசெய்துகொள்வதற்காக சிறுசிறு முயற்சிகளைத் தொடர்ந்து எடுக்கின்றனர். அதற்கான பலன்கள் தெரிய, அவர்களிடம் குறிப்பிடத்தக்க மாற்றங்கள் ஏற்படச் சில வருடங்களாவது ஆகும்.

வளர்ப்பின் குறைகளைப் புரிந்துகொண்ட இவர்கள், பொறுப்பான பெற்றோர்களாக, அடுத்த தலைமுறைப் பிள்ளைகளைச் சிறப்பான முறையில் வளர்ப்பவர்களாக உருமாறலாம்.

வரலாற்றில் எந்தத் தலைமுறையும் நிறைகளை மட்டுமே கொண்டு வாழ்ந்ததில்லை. ஜென் ஸீ தலைமுறையும் அப்படித்தான். ஒரு முக்கிய வேறுபாடு தங்களுடைய அகச் சிக்கல்களைக் குறித்து இந்தத் தலைமுறை தெரிந்துவைத்திருக்கிறது. அதைக் களைவதற்கான முயற்சிகளையும் எடுத்துவருகிறது.

சொகுசான பிள்ளைகளாகப் பிறந்து மேம்போக்கான இளைஞர்களாக இருக்கும் ஜென் ஸீ தலைமுறை, திறமையான, பொறுப்பான வாலிபர்களாக வளரும் சாத்தியங்கள் நிறைந்தது.

ஒன்றை உறுதியாகச் சொல்லலாம். தொழில்நுட்பங்களோடு வாழ்பவர்கள், தனிமையானவர்கள் மனச்சோர்வு மிகுந்தவர்கள் போன்ற பெயர்கள் காலப்போக்கில் மறைந்துபோகும். அவற்றிலிருந்து மீண்டு, சுயமாகக் கற்றுக்கொண்டு அகத்தடைகளை உடைத்து வந்த இவர்களது பயணமே வரலாற்றில் பெரிதாகப் பேசப்படும்.

கொஞ்சம் யோசித்துப்பாருங்கள். நிறைய கண்டிப்பான விதிகளுடன் வளர்ந்த தலைமுறை பெற்றோர்கள் தங்கள் குழந்தைகளை முற்றிலும் வேறு விதமாக வளர்த்துள்ளனர். அதனால்தான் விதிகளற்ற வாழ்க்கையை ஜென் ஸீ தலைமுறை விரும்புகிறது. இதன் பாதகங்களை உணரவும் செய்கின்றனர். இரண்டுக்கும் இடையில் ஒரு சமநிலையான குழந்தை வளர்ப்பு முறையை நோக்கியே சமூகம் செல்கிறது. இதுகாறும் இருந்த தலைமுறைகளில் ஜென் ஆல்ஃபா தலைமுறையினர் அதிக இன்குளூசிவ் மனப்பான்மை

உடையவர்கள் என்கின்றன ஆய்வுகள். முன்னர் இருந்ததைவிட சிறப்பான மனிதர்களாக இருப்பதை நோக்கியே மனிதகுலம் நகர்கிறது என்பதன் குறியீடாக இதைக்கொள்ளலாம்.

நூலாசிரியர் காயத்ரி ஒய், மெட்ராஸ் பேப்பரில் தொடர்ந்து எழுதுபவர். வங்கி ஊழியராகச் சென்னையில் பணியாற்றுகிறார்.

www.ingramcontent.com/pod-product-compliance
Lightning Source LLC
LaVergne TN
LVHW090400051026
849518LV00006B/2187
9789347206054